गोष्टींचं जग

महेश सर्जेराव काशीद

अनुक्रमणिका

ऋणनिर्देश

'ऋण', या शब्दाचा 'भार' खुपच जास्त आहे आणि तो 'आभार' मानुन हलका होण्यासारखा नक्कीच नाही.

या पुस्तकाच्या सुरूवातीला 'ऋणनिर्देश' लिहीण्याचा हा प्रपंच एवढ्याचसाठी करावासा वाटतो की जेणेकरून माझ्या आजवरच्या वाटचालीतील, अनेक प्रेरणास्थानांविषयीचा माझा आदर व अभिमान व्यक्त व्हावा.

आपल्या मुलांनी सर्वगुणसंपन्न आणि कर्तृत्ववान व्हावे या केवळ एकाच कारणासाठी, निःस्वार्थीपणे आपले आयुष्य खर्ची घालणाऱ्या

माझ्या आई आणि बाबांचा मला सार्थ अभिमान आहे . त्यांच्या आभाळाएवढ्या उंचीपुढे खरं तर 'अभिमान' हा शब्दही खुजा वाटावा. फक्त जन्माने माझ्यापेक्षा लहान असणारा माझा भाऊ योगेश , हा नेहमीच माझा मोठा पाठींबा आहे . माझ्या या छोट्या कुटुंबाने मला नेहमीच मोठी स्वप्ने पाहण्याचे धाडस आणि ते पुर्ण करण्याचे बळ दिले .

कोणाच्याही आयुष्यात गुरूचे स्थान अढळ असते. गुरू या शब्दातून नेहमीच एक आदरभाव व एक प्रेरणा प्रतीत होते . वाचनाची व लिखाणाची प्रेरणा ही मला माझ्या शिक्षकांकडून मिळाली असं मी मानतो . माझ्या आजवरच्या जडणघडणीत माझे मार्गदर्शक

बनलेल्या सर्व शिक्षकांचा मी ऋणी आहे . विशेषकरून , या पुस्तक प्रकाशनाच्या प्रत्येक टप्प्यावर मला ज्यांचे अनमोल मार्गदर्शन लाभले ते श्री. गोंधळी सर , यांचा मी अत्यंत आभारी आहे .

'ग्रंथ हेच गुरू' ही उक्ती अत्यंत खरी आहे. वाचनाने विचार आणि विचाराने मनुष्य समृध्द होतो असं माझं वैयक्तिक मत आहे . जगणं समजण्यासाठी कोणत्यातरी एका कलेशी मैत्री जमवावी ही प्रेरणा वाचनातूनच मिळाली.

माझ्या मित्रांचा उल्लेख केल्याशिवाय हा प्रपंच पुर्ण होऊच शकत नाही. प्रत्येक गोष्टीत नेहमीच मोलाची साथ देणारे माझे मित्र म्हणजे माझे आयुष्य आहेत. हे सर्व मित्र माझ्यासोबत

नेहमीच असतील हा माझा , माझ्या मैत्रीवरील विश्वास आहे. माझ्यासारख्या नवख्या लेखकावर ज्यांनी विश्वास दाखवला त्या प्रकाशकांना मनापासून धन्यवाद. त्यांच्यामुळेच माझे स्वप्न आज सत्यात उतरत आहे .

हे पुस्तक प्रकाशीत होण्याचा आनंद मला माझी पत्नी , मुले , सर्व प्रियजन , नातेवाईक , मित्र आणि ज्ञात - अज्ञात शुभचिंतक यांच्या नजरेत दिसेल अशी आशा बाळगतो. इथुन पुढेही सदैव सर्वांच्या शुभेच्छा आणि आशीर्वाद असेच राहोत ही इच्छा व्यक्त करून पूर्णविराम देतो .

- महेश सर्जेराव काशीद.

आंब्याचे झाड

“अजिंक्य, अजिंक्य... ऊठ ना” सुधा अजिंक्यचे पांघरूण खेचुन त्याला जागे करत होती मात्र तो काही उठण्याच्या मूडमध्ये दिसत नव्हता.

“थांब ना. झोपु दे ना थोडा वेळ” अजिंक्य डोळे चोळत आणि बेडवर जे काही हाताला मिळेल त्याचे पांघरूण बनवत पुन्हा झोपु लागला.

रविवारचा दिवस होता. हा एकच दिवस अजिंक्यसाठी सुट्टीचा आणि त्यामुळे अतिशय

महत्वाचा असायचा. एरव्ही आठवडयातील इतर सारे दिवस सकाळी लवकर उठणे क्रमप्राप्त!

अजिंक्य पेशाने कॉम्प्युटर इंजिनीअर. तो त्याच्या कुटुंबासहीत बेंगलोरमध्ये रहात होता. बायको सुधा आणि एकुलती एक मुलगी मिताली हा त्याचा छोटा व सुखी परीवार.

अजिंक्य नोकरीसाठी बेंगलोरमध्ये आला त्याला आता काही वर्षे उलटून गेली होती.

नोकरीच्या काही वर्षानंतर त्याचे सुधाशी लग्न झाले. छोटी मिताली आता दहा वर्षांची झाली होती.

“अजिंक्य दहा वाजलेत अरे... ऊठ आता. मला अजुनही बरीच कामे पडली आहेत” सुधा रूममधील आवरा - आवर करत होती.

"पाच मिनीटं सुधा. फक्त पाच मिनीटं."

"नाही. बिलकुल नाही. आधीच उशीर झाला आहे. आज आपल्याला बरीच कामे आहेत. लक्षात आहे ना? की विसरलास? उठणार आहेस का आता?" सुधा बोलतच होती. "अरे मिताली सुध्दा लवकर उठते रे . शिक जरा स्वतःच्या लेकीकडुन काहीतरी."

अजिंक्य अंथरूणातच उठुन बसला. त्याचे डोळे मिटलेलेच होते. "मितुला रोज माझ्यापेक्षा जास्त सुटटी असते. रोज मॉर्निंग स्कुल असतं तिचं."

सुधा हसली. "बस हां. काय हे लहान मुलांसारखं . ऊठ आवरून घे. ती बघ मितु आली. मितु बाबांना ऊठव जरा. मी नाश्ता

बनवुन घेते." बोलत बोलतच सुधा आपल्या कामाला निघुन गेली.

"बाबा ऊठा" मितु अजिंक्यजवळ येऊन बसली. तिच्या इवल्याशा हातांनी ती त्याला बेडवरून खेचु पाहत होती.

"हो मॅडम. उठतो आम्ही." त्याने तिला दोन्ही हातांनी उचलुन धरले , पाठीवर घेतले.

"मग काय म्हणते आमची मितु? आज कुठे जायचं फिरायला?" अजिंक्य त्याचा बेड आवरत बोलला.

"दुर..." मितुने उत्तर दिले . ती अजिंक्यच्या पाठीवर होती. तिचा एक हात त्याच्या गळयाभोवती होता आणि एका हाताने इशारा करत ती पुन्हा बोलली "खुप दुर जायचं"

"हो का...? दुर जायचं फिरायला. जाऊ ..." अजिंक्य बोलता बोलता थांबला कारण त्यांचे बोलणे सुरू होते इतक्यात दारावरची बेल वाजली. "मितु, जा दरवाजा उघड पाहु " पाठीवरून उतरत मिताली दरवाजाकडे धावली. तिने दरवाजा उघडला.

"बाबा ऽऽ.. पोस्टमन." मितालीने दरवाजातुनच आवाज दिला.

अजिंक्यला येताना पाहुन पोस्टमन बोलला.

"कुरिअर"

अजिंक्यने कुरिअर घेतले. कुरिअर म्हणजे एक मोठा बॉक्स होता. त्याला त्याविषयी काहीच कल्पना नव्हती. दरवाजा बंद करत, काहीशा कुतूहलाने त्याने हातातील लिफाफा

पाहीला.

लिफाफ्यावर नाव होते - विश्वास विनायक पाटील. नाव थोडे ओळखीचे वाटत असले तरी अजिंक्यला नेमके आठवत नव्हते. त्याने पत्रावर एक नजर टाकली. त्यातील मजकुर वाचताना त्याच्या चेहऱ्यावर आनंदाची रेषा उमटली. मिताली त्याच्या बाजुलाच उभी होती.

“सुधा, सुधा...” त्याने सुधाला आवाज दिला.

“सुधा इकडे ये आधी. ऐकलस का ?”

“काय झालं?” सुधा हॉलमध्ये अजिंक्य आणि मितालीजवळ येऊन उभी राहीली.

“काय सकाळी - सकाळी कुणी नाश्ता पाठवला की काय?” सुधा हसत बोलली.

"तु बस पाहु आधी." अजिंक्यने सांगीतले तशी ती त्याच्यासमोरील खुर्चीत बसली.

"तुला आठवतंय आपण मागच्यावर्षी कोल्हापुरला गेलो होतो ... आमच्या गावी ?"

"हो" सुधा उत्तरली. "तिथे आपण तुमच्या जुन्या घरी गेलो होतो . तु लहान होतास तेव्हाचे तुमचे घर. कॉलनीतले घर ... हो ना ?"

"बरोबर... तिथे सध्या एक नवीन कुटुंब रहात आहे . जे आपल्याला त्यावेळेसदेखील भेटले होते . नाव आठवतंय?"

सुधाला नीटसे आठवत नसावे. तिच्या चेहऱ्यावर प्रश्नचिन्ह होते त्यामुळे अजिंक्यनेच न थांबता उत्तर दिले.

"अगं, विश्वास पाटील... मलाही नाव ओळखीचे वाटत होते पण नेमके आठवत नव्हते. हे पत्र वाचल्यावर मला सारं आठवलं" अजिंक्य अतिशय आनंदात होता.

"हे पत्र वाच म्हणजे तुलाही माझ्या आनंदाचे कारण समजेल." ते पत्र सुधाच्या हाती देत अजिंक्य आठवणींत हरवला.

एक वर्षापुर्वी अजिंक्य कुटुंबासहीत सुट्टीच्या निमित्ताने कोल्हापुरला त्याच्या गावी फिरायला गेला होता. लग्नानंतर एकदाही ते कधी कोल्हापुरला गेले नव्हते. तशी कधी गरजच पडली नव्हती कारण कोल्हापुरला अजिंक्यचे कोणी नव्हते. नोकरी मिळताच तो आई - बाबांना घेऊन बेंगलोरमध्येच स्थायिक झाला

होता. सुधाची आणि त्याची ओळख बेंगलोरमध्येच झालेली. ती पुण्याची. लग्नानंतर काही वर्षात अजिंक्यचे आई बाबा स्वर्गवासी झाले. एकंदरीत सुधाने अजिंक्यचे गाव कधीच पाहीले नव्हते आणि हेच कारण होते की ज्यामुळे ते सारे एकत्र कोल्हापुरला गेले होते.

अजिंक्यचे गाव एकदम छोटेसे आणि साधे होते. त्याचे वडील सरकारी कर्मचारी होते. नोकरीच्या ठिकाणी त्यांना चार खोल्यांचे सरकारी निवासस्थान मिळाले होते. त्याच्या आजुबाजुला दाट हिरवळ होती. निसर्गाच्या सान्निध्यात, शांत परिसरात असलेले ते घर फार सुंदर होते.

अजिंक्य सुधा आणि मितालीला घेऊन तिथे गेला होता. नेहमीच्या शहरी वातावरणाला कंटाळलेले ते सारे तिथे फिरताना फारच खुष होते .

"सुधा , हे आमचे घर. माझे लहानपण, माझे शिक्षण सारे काही इकडेच झाले. माझ्याकडे इथल्या अनेक आठवणी आहेत." अजिंक्य बोलला. "कसं वाटतं इथे फिरताना?"

"हे खरचं फार फार सुंदर आहे. मला तर इथेच रहायला आवडेल. खरंच!" सुधाच्या चेहऱ्यावरून आनंद ओसंडुन वाहत होता. "ही हिरवीगार झाडे, आपण मघाशी पाहीली ती नदी आणि तिकडची ती पायवाट. सारंच कित्ती छान! आणि ... त्यात हे एवढं भारी टुमदार

घर... सिंपली ग्रेट!" सुधा बोलत होती. दोघांचेही बोट पकडुन मिताली देखील कुतूहलाने सारे पाहत होती.

"आई ते बघ... फुलपाखरू" तिने हात पुढे करत सुधाला फुलपाखरू दाखवले.

"हम्म" सुधाने होकाराने मान डोलावली.

"अजिंक्य, तुला तर बरेच काही आठवत असेल. हो ना?"

"हो. अगं नदीवर आम्ही पोहायला, मासे पकडायला जायचो. या पारंब्यांचे झोपाळे करायचो. खुप मस्ती करायचो. आमच्या मितुपेक्षाही जास्त" अजिंक्यने लाडाने मितालीचे गाल ओढले. दोघेही हसले.

"आणि हे आंब्याचे झाड आहे ना... हे मी

लावलेले झाड आहे. मी लहान होतो तेव्हा. आम्ही बेंगलोरला जाईपर्यंत तरी काही याला आंबे लागले नाहीत. आता फार मोठे झाले आहे . हो की नाही? किती वर्षे निघुन गेली... कधी कळालं पण नाही."

आठवणींनी अजिंक्य थोडा हळवा झाला होता. सुधाने ते जाणले असावे. तिने त्याचा हात हातात घेतला आणि त्याच्याकडे प्रसन्न चेहऱ्याने पाहीले.

काही वेळाने त्या घरातुन एक व्यक्ती बाहेर आली. ते एक वयस्कर गृहस्थ होते. साधारणतः पन्नास वर्षे वय असावे. डोळयांवर चष्मा, कानावर वाढलेले केस आणि कपाळावर आठया. डोक्यावरचे केस पुर्ण पांढरे झाले होते

तर मिशीचे काही काळे केस बाहेर डोकावत होते. त्यांनी पांढरा शर्ट व काळी पॅन्ट घातली होती. घराबाहेर बराच वेळ कोणीतरी उभे आहे हे त्यांना जाणवले असावे.

"कोण पाहीजे तुम्हाला ? कुणाला शोधताय का?" त्या गृहस्थांनी विचारले.

"नाही. नाही... इथुन फिरत होतो." अजिंक्य बोलला.

"कोण तुम्ही? कुठुन आलाय?"

"मी अजिंक्य देशमुख. आम्ही बेंगलोरहुन आलोय. खरंतर मी लहानपणी इथे रहायचो. तुम्ही कधीपासुन रहाता इथे?"

"मी गेली चार वर्षे झाली रहातो आहे इथे. तुम्ही बाहेर का उभे? आत या."

त्यांच्या बोलावण्यावरून ते सारेच त्या घरामध्ये गेले.

"बसा. अगं थोडं पाणी आण"

"घराची इमारत अजुनही मजबुत आहे." अजिंक्य घराकडे नजर फिरवत बोलला.

"हो, ही सारीच शासकीय घरे चांगली आहेत. तुम्ही सारे कधी होता इथे रहायला?"

"सारे नाही. फक्त मी. माझे वडील सरकारी कर्मचारी होते. त्यांना हे घर मिळाले होते. माझा जन्म इथलाच. लहानपण सारे इकडेच गेले. शिक्षण तालुक्याच्या शाळेला झाले. त्यामुळे मला हा भाग बऱ्यापैकी माहीती आहे. तरी बराच बदल झाला आहे. आम्ही जवळपास चाळीस वर्षापुर्वी होतो इथे रहायला."

पाणी आणुन दिल्यावर साऱ्यांनी पाण्याचे काही घोट घेतले. "तुमची ओळख?" अजिंक्यने विचारले.

"बोलण्याच्या ओघात माझी ओळख सांगायची राहुनच गेली." ते गृहस्थ हसत बोलले.

"मी विश्वास पाटील. मी आणि माझी बायको आम्ही दोघेच राहतो इथे. मुलगा नोकरीसाठी पुण्याला असतो . मघाशी सांगितल्याप्रमाणे आम्ही चार वर्षे झाली इथं आलो"

"तुम्हाला भेटुन खरंच आनंद झाला. मी पण नोकरीसाठी बेंगलोरला असतो . ही माझी बायको सुधा आणि ही मिताली, माझी मुलगी. मी हे घर आणि गाव सोडुन चौदा ते पंधरा वर्षे झाली असतील. हयांनी कधी हे गाव, हे घर

पाहीले नव्हते म्हणुन इकडे आलो होतो. खरंच फार बरं वाटलं ”

“बाबा, ते आंब्याचे झाड तुम्ही लावले आहे ना?” मितालीने प्रश्न केला.

“हो”अजिंक्य उत्तरला.

“त्याला आंबे कधी लागणार?” तिचे बोलणे ऐकुन सारे हसु लागले .

“लागतात हं त्याला आंबे. खुप सारे लागतात.” विश्वास पाटील बोलले. “आम्ही आलो तेव्हापासुन दरवर्षी या झाडाला फार गोड आंबे लागतात. आम्ही पुण्याला मुलासाठी पाठवतो. काही शेजाऱ्यांना, नातेवाईकांना देतो. आम्ही दोघेतरी असे किती खाणार... नाही का?” असे बोलुन ते हसले.

"मी लहान होतो तेव्हा लावले होते हे झाड. आज बरीच वर्षे झालीत. फार मोठे झाले आहे हे आंब्याचे झाड." अजिंक्य बोलला.

"तुमचा पत्ता आणि फोन नंबर मला देऊन ठेवा. येत्या वर्षीचे आंबे मी तुम्हाला पाठवुन देईन. कसं का होईना हे आंब्याचे झाड म्हणजे तुमच्या आमच्या भेटीचा दुवा आहे. हो की नाही ?"

"नाही त्याची काही गरज नाही" अजिंक्य म्हणाला "कशाला उगाच तुम्हाला विनाकारण त्रास"

"अहो त्रास कसला त्यात? त्यानिमित्ताने तुमचे आमचे संबंध तरी दृढ होतील. हया फळाचा गोडवा आपल्यामध्येही राहील नाही

का? आणि तसंही पुढच्या मोसमात हे झाड असेल की नाही ते ही सांगु शकत नाही."

"म्हणजे?" अजिंक्यच्या चेहऱ्यावर प्रश्नचिन्ह उमटले .

"हया साऱ्या शासकीय घरांच्या डागडुजीचे आणि अंतर्गत रस्त्यांचे काम सुरू करणार आहेत. त्यामुळे ही सारी झाडे शक्यतो तोडली जातील." विश्वास पाटलांचे ते वाक्य आठवल्यावर अजिक्य आठवणीतुन बाहेर आला.

"अरे अजिंक्य, आपण आपला फोन नंबर बदलला ना. त्यामुळे ते म्हणतात की ते आपल्याला फोन करू शकले नाहीत. पण बघ ना त्यांनी आपण दिलेल्या पत्त्यावर हे आंबे

आठवणीने आणि काळजीने पाठवुन दिलेत." सुधा अजिंक्यला म्हणाली.

"त्यांनी काय लिहीलंय ते तु वाचलंस का? ते म्हणतात की - हया आंब्याच्या झाडाने आम्हाला गोड आंबे आणि तुम्हाला गोड आठवणी दिल्या आहेत"

"हो. फार चांगले गृहस्थ आहेत ते."

"छोटया मितुला आशीर्वाद दिले आहेत. कित्ती गोड! ए तु पण त्यांचा नंबर घेतला होतास ना ?"सुधाने विचारले.

"हो पण माझ्याकडून तो गहाळ झाला. त्यांनी दिला आहे का?"

"ओहके. ठीक आहे ... त्यांनी दिला आहे. हा घे" सुधाने ते पत्र अजिंक्यला दिले.

अजिंक्यने त्यांना फोन लावला. त्याने त्यांचे मनापासुन आभार मानले. घरी येण्याचे आमंत्रण दिले . काही वेळ बोलणे झाल्यानंतर त्याने फोन ठेवला. फोन ठेवल्यानंतर त्याच्या चेहऱ्यावरचा आनंद दुणावला होता.

"सुधा ... गेस व्हॉट?" अजिंक्य अतिशय आनंदाने बोलला.

"का ? काय झालं? मलाही सांग ना" सुधा औत्सुक्याने म्हणाली.

"अगं तिथली सगळी कामे होणार आहेत पण एकही झाड न तोडता. आपलं आंब्याचं झाड तोडलं जाणार नाहीये."

"ग्रेट! आज तर मला डायबेटीस होईल. इतक्या साऱ्या गुड न्युज! आणि हे गोड आंबे

तर आता आणखीच गोड लागतील" सारेच हसु लागले . अजिंक्यचा आनंद त्याच्या, सुधाच्या आणि आता छोटया मितालीच्या चेहऱ्यावरही पसरला होता.

वाददिवस

"ए दादा? दे ना रे रिमोट"

"मी नाही देत जा"

आज आई बाबा घरी नसल्यामुळे रवी आणि जाई यांची कुरबुर सुरू होती. दोघे एकमेकांशी वाद घालत हॉलमध्ये बसले होते. एरव्ही आईवडील घरी असले की दोन्ही भावंडे एकदम शांत, आज्ञाधारी मुलांसारखे रहायचे. जाई ही रवीची एकुलती एक छोटी बहीण. दोघेही एकाच शाळेत शिकत होते. रवी आठवीत होता तर जाई सहावीत.

"रिमोट दे हं, नाहीतर मी बाबांना तुझं नाव सांगेन"

"सांग जा. मी पण सांगेन जाई बाहेर खेळायला गेली होती म्हणून"

"आं ... काय पण खोटं सांगायचं नाही सांगून ठेवते" जाईने तिच्या इवल्याशा तोंडाचा चंबू केला

"खोट्टाच आहे कुठला ... मी कधी खेळायला गेले रे ?"

"जा ना मग. इथं कशाला बसली आहेस... दादा मला रिमोट दे करत." रवी तोंड वेडावत बोलला.

"रिमोट दे आधी इकडे" जाई दात ओठ खात बोलली. तिने रवीकडून रिमोट हिसकावून घेण्याचा प्रयत्न केला पण रवी तिला चकवत

होता. जाईला चिडताना पाहून त्याला गंमत वाटत होती.

"रव्या ... फव्या रिमोट दे. मला कार्टून बघायचे आहे"

"आता सांगू का मी आईला? तू मला रव्या म्हणतेस ते?"

"दे ना रिमोट" जाईने चेहरा रडवेला केला

"अजिबात नाही. तुझं कार्टून काय परत लागेल. मॅच नाही लागत पुन्हा" रवी.

"कार्टून पण नाही लागत पुन्हा. फक्त रविवारीच असतं ते" जाई.

"असू दे मग. जा तिकडे."

"तू देणार नाहीस ना. ठीक आहे. मी खरंच तुझं नाव सांगते संध्याकाळी. येऊ देत बाबांना.

मी तुझ्याशी बोलणारच नाही".

जाई बसलेल्या जागेवरून उठली. रवी अजुनही टी.व्ही. मध्ये तोंड खुपसुन बसला होता.

"जा. बस जा टी.व्ही. त घुसून. लाईटच जायला पाहिजे" स्वतःशीच पण रवीला ऐकू जाईल अशा आवाजात जाई पुटपुटली.

टी.व्ही. बघायला मिळत नाही म्हटल्यावर ती हॉलमधून आतल्या खोलीत आली. तिथे खिडकीशेजारी एक छोटेसे कपाट होते.

ते कपाट म्हणजे जाईच्या बाबांचे छोटेसे वाचनालय होते. बरीचशी छोटी - मोठी पुस्तके तिथे व्यवस्थित मांडून ठेवली होती. जाई ते कपाट धुंडाळू लागली.

"ऐ दादा ऽऽऽ इकडे ये", जाईने आवाज दिला.

"मी नाही." रवीने जागेवरून जराही न हलता हॉलमधूनच उत्तर दिले.

"अरे जरा येऊन बघ तरी इकडे ये ना". तिला काहीतरी सापडले होते.

"मला माहीत आहे तू मला फसवत आहेस. मी नाही येणार. तूच ये इकडे"

शेवटी जाईच बाहेर आली. तिच्या हातात काहीतरी होते.

"हे बघ." हातातील कसलासा कागद रवीच्या डोळ्यांसमोर धरत जाई बोलली.

"काय आहे हे? बघ तूच. जा ना" रवी वैतागला. तो मॅच पाहण्यात दंग होता.

"अरे आज आईचा वाढदिवस आहे" जाई कुतूहलाने सांगत होती.

"काय? वेडी आहेस का? आईचा वाढदिवस ? आपण कधी वाढदिवस साजरा करतो तरी का?" रवीने हातातील रिमोट बाजूला ठेवला.

"आईला स्वतःची जन्मतारीख सुध्दा माहीत नाही. तुला ठाऊक आहे ना?" रवी.

"माहीत आहे. अरे पण इथे बघ ना. आईचं नाव, जन्मतारीख आणि जन्मवेळ सुध्दा दिली आहे. आईचा जन्मदाखला आहे हा" जाईने खुलासा केला.

जाई रवीला समजावत होती.

"ही तारीख देखील आजचीच आहे"

"बघू?" रवीने तो कागद त्याच्या हाती घेतला.

"हो बरोबर आहे."

"कित्ती छान ना!! आईला माहीतसुध्दा नसेल." जाईच्या डोळयांत आनंद होता.

"ए दादा ... आपण करायचा का आईचा वाढदिवस?"

"आपण? काहीतरी बोलू नकोस. आपण कसा करणार वाढदिवस साजरा ?" रवी बोलला.

"माझ्याकडे एक आयडिया आहे."

"आई बाबा येतील एवढयात. सकाळी गेलेत ते मावशीकडे. आणि जाताना काय सांगून गेलेत - संध्याकाळी परत येतील म्हणून माहीती आहे ना ?"

"ऐक ना. आपण केक करू छोटासा आणि ते आले की त्यांना एकदम सरप्राईज देऊ" जाई

अजुनही रवीचे मन वळवण्याचा प्रयत्न करत होती.

“केक करायचा? आणि आपण? तोंड बघितलंस का आरशात ? गॅस लावता येत नाही आणि केक बनवणार म्हणे”.

रवी तिला चिडवत बोलला.

“तू लावून दे ना. मी केक करते पुस्तकात वाचून. मला माहीत आहे आईकडे एक पुस्तक आहे. त्यात आहे केक कसा करतात ते”.

जाई बोलली.

“चल ना प्लीज”.

“काय झालं तर मी तुझं नाव सांगणार. मी फक्त गॅस लावून देतो.” रवी तयार होत बोलला.

"आणि केकचे साहीत्य कोण आणुन देणार ? केक चांगला झाला तर खायला येशील ते?"

"पण लवकर आवरायचे हं सांगतो" रवी आता तयार झाला.

"कसा होणार आहे काय माहित केक तुझा ?" रवी हसत बोलला.

"ठीक आहे". जाई बोलली. "बघच तू"

जाईने स्वयंपाकघरातून कसलेसे पुस्तक शोधून काढले. त्यातील साहित्य वाचून तिने रवीला यादी दिली. रवीणेही साहित्य आणून हातभार लावला. दोघेही जोमाने कामास लागले. कुठे पीठ सांडत होते तर कुठे पाणी. रवी वाचत होता आणि छोटी जाई कृती करत होती. जाईचे हात आणि तोंड पीठाने माखून गेले. दोघांनी

अक्षरशः स्वयंपाकघर पीठमय करून टाकले.

"जाई, सगळीकडे पीठ सांडले आहे ... तुला दिसतंय का? तुला चांगलाच मार बसणार आहे आता. लवकर आवरायला पाहिजे". रवी जाईला मधून मधून चिडवत होता.

"दादा, केक होईल ना रे? हे सारे आईने बघितले तर?" जाई थोडीशी घाबरली होती.

"काही नाही होत. तू आवर पटपट" रवी तिला धीर देऊ लागला. "आई बाबा नाहीत येत एवढयात".

"जाईऽऽऽ ,रवी ऽऽऽ". दारातून आवाज आला.

"आई? दादा, आले आई बाबा " जाई जरा घाबरलीच. रवीदेखील घाबरला. जाईला हाताने

शांत रहाण्यास सांगत तो दरवाजाकडे धावला.

जाई गडबडीने हात धुवायला गेली.

"बाबा, आलात पण तुम्ही ? इतक्यात ?" रवी बाबांच्या हातातील पिशवी घेत बोलला.

"अरे हो. आत तर येऊ दे आम्हाला. जाई कुठे आहे?" रवीच्या बाबांनी आत येता येता विचारले.

"आहे ना. आत आहे" रवी उत्तरला.

"घर नीट ठेवलंय ना रे? टी.व्ही. का चालू ठेवला आहे?" आई बोलली.

बाबा हॉलमधील खुर्चीत बसले.

"जाई, जरा पाणी घे बाळ".

"अग्गंबाई... हे काय करून ठेवले आहे तुम्ही?" आई स्वयंपाकघरात पोचली होती. मुलांनी

घरभर करून ठेवलेला पसारा पाहिला आणि तिने कपाळावर हात मारला. जाई घाबरून एका कोपऱ्यात उभी होती.

“रवी, काय रे हे?” आवाज ऐकून बाबाही आतमध्ये आले. रवी घाबरत त्यांच्यामागून आला.

“जाई म्हणाली तुझा वाढदिवस आहे म्हणून” रवी बारीक आवाजात बोलला. रवीने जन्मदाखला बाबांच्या हाती दिला. जाईचे डोळे पाणावले.

रवीच्या बाबांनी तो कागद पाहिला आणि घडलेला सर्व प्रकार त्यांच्या लक्षात आला. ते मोठ्याने हसू लागले. रवी, जाई आणि त्यांची आई थोडे बुचकळयात पडले.

"अगं हा तुझा जन्मदाखला पाहून या पोरांना वाटले तुझा आज वाढदिवस आहे". बोलता बोलता ते पुन्हा हसले "हे काय मग केक करत होतात की काय?"

"हो" मघापासून गप्प बसलेली जाई हळूच बोलली.

"अग्गं वेडाबाई हा दाखला चुकीचा आहे. तुझ्या आईची जन्मतारीख फक्त परमेश्वरालाच माहित आहे" आई देखील सारा प्रकार ऐकून हसू लागली. तिने जाईला प्रेमाने जवळ घेतले .

"रवी, हे घे पैसे. जा बाहेरून एक छानसा केक घेऊन ये. आजपासून दरवर्षी आपण आईचा वाढदिवस साजरा करू." बाबा म्हणाले.

रवी थोड्या वेळाने केक घेऊन आला. साऱ्यांनी मिळुन शेवटी खराखुरा वाढदिवस साजरा केला.

अपमान

ऊन उतरलं होतं. मावळतीची किरणंपण आता मंदावत चालली होती. पारगावात लोकांची लगबग सुरू झाली होती. लोकं रानातून घराकडं परतू लागली होती. कुणाची पाणी भरण्याची गडबड सुरू होती तर कुणाची डेअरीत दूध घालण्यासाठी.

गावात असलेली एकमेव शाळाही सुटली होती. गावातील रस्त्यांवर आता हळूहळू लोकांची आणि पोरांची गर्दी होऊ लागली होती.

सुवर्णा नुकतीच रानातून घरात पोचली होती. झाडलोट करून रात्रीच्या जेवणाची तिचीपण लगबग सुरू होती. तीन माणसांच्या

जेवणासाठी तिला जास्त आटापिटा करावा लागायचा नाही मात्र दिवसभर रानात कंबर मोडेपर्यंत काम करून घरी आल्यावर , तिला थोडा शीण यायचा . नावाने सुवर्णा असली तरी तिच्या नशिबी लंकेची पार्वती बनून राहणं लिहीलं होतं . ती लग्न होऊन पारगावात आली त्याला आता दहा - पंधरा वर्षे झाली असतील . तिचं घर म्हणजे जुन्या बांधणीचं, दोन खोल्यांचं आणि चिखल - विटात बांधलेलं . संसाराचा गाडा नवरा बायकोच्या दोन चाकांवर , येईल त्या वाटेनं पुढं चालला होता .

सुवर्णा रानात मोलमजुरी करायची आणि तिचा नवरा तुकाराम गावात चांभारकाम करायचा . राजेश हा दोघांचा एकुलता एक मुलगा .

तो गावातल्याच शाळेत शिकत होता.

शाळा सुटून बराच वेळ झाला होता तरीही राजेश अजून घरी परतला नव्हता. जेवण करताना सुवर्णा अधूनमधून दाराकडं नजर टाकत होती. अजून कसं काय पोरगं आलं नाही याच विचारात ती होती. हळूहळू अंधारही पडू लागला होता.

सुवर्णा दारात येऊन वाटेकडं पाहू लागली. काही वेळाने तिला राजेश घराकडे येताना दिसला. त्याने एका हातात दप्तर पकडले होते, कमरेत खोचलेला त्याचा शर्ट अर्धा बाहेर आला होता. कपडे आणि केस पूर्णपणे मातीने माखले होते. त्याला एवढा वेळ का झाला असावा हे कळायला काहीच वाव नव्हता.

"का रं? एवडा येळ का झाला तुला? कुटं गेला व्हतास? आणि कापडं कशानं घाण केलीस एवडी ?" त्याच्या हातातलं दप्तर घेत सुवर्णा बोलली.

"शर्ट कशानं फाटला रं हयो? कुटं गेला व्हतास म्हणायचं? कुनासंगं मारामारी करून आलास का काय ?"

तिचं बोलणं सुरूच होतं आणि राजेश काहीच बोलत नव्हता. काळजीनं आई एकापाठोपाठ एक असे प्रश्न विचारत होती आणि पोरगं गुमान बसून होतं.

"काय करून आलाय काय माहित ? हात - पाय धूजा आधी. काय खाणार का ? "

"काय नगं मला." एवढंच बोलून तो पुन्हा गप्प झाला.

"का ? काय झालं? हात - पाय तरी धू जा"

"नाय".

"नाय तर बस मग तितंच. माजी लय काम पडल्यात. तुजा बा येऊ दे मग सांगतो तुला. दिसभर काम करून आंग मोडतंय आमचं आणि तुजं हे आसं. जिवाला जरा सुदा आराम न्हायी आमच्या". असं म्हणून ती परत आपल्या कागाला लागली. राजेश तिथंच एका कोपऱ्यात बसून राहिला.

बाहेर आता अंधार पडला होता. आपलं दुकान बंद करून तुकारामही घरी आला होता. दाराशी पोचताच त्याने आवाज दिला.

"राजा, राजा ही पिशवी एवडी आत न्हेरं."

नवऱ्याचा आवाज आल्यावर सुवर्णा दारात आली.

"त्यो बसलाय रूसून. शाळेतनं आल्यापास्नं एक न्हायी का दोन न्हायी. काय बोलायलाच तयार न्हायी."

"का ? काय झालं?"

"तुमीच बगा आता. मी इचारलं तर काय बोलना झालाय. कापडं फाडून, कुनासंगं मारामारी करून आलाय का काय? काय सांगना झालाय".

"हं. ही पिशवी ठेव आत भाजीची. बगतो काय म्हणतोय आमचा राजेस".

"राजेस? काय झालं रं बाबा ? " पोराजवळ जात तुकारामानं विचारलं. "आणि हे काय ? आस्साच का बसलायस तु? जेवायचं न्हायी व्हय आता ? जा कापडं बदल हातपाय धू जेवायला"

"मला नगं जेवा तुमीच."

"का ? हे बग आसं करू नयं बाबा. काय झालं मला सांग?" तुकारामानं थोडया काळजीनं विचारलं.पोराच्या अशा वागण्याचं त्याला काहीच कारण कळत नव्हतं.

"आज शाळतनंपन उशीरानं आलाय घरला. म्या इचारलं तर काय सांगना. कापडं मळवून, फाडून आलाय सारी" सुवर्णा बोलली.

"हां. आसूदे" राजेश रागातच पुटपुटला तसा तुकाराम बोलला.

"आसं करू नयं लेका. शाना हायस का न्हायी तू ?" तुकाराम पोराची समजूत काढू लागला. आजपर्यंत त्या दोघांनी कधी पोराला पाच बोटांनी हात लावला नव्हता.

"मी शानाच हाय. तुमी आडाणी हायसा" पोरगं असं बोलताच सुवर्णा पुढं झाली आणि तिनं पोराच्या मुस्कटात ठेवून दिली.

"लय त्वांड सुटाया लागलंय तुजं. आई बा सुदा कळना व्हय तुला आता. आमी आडाणी हाय म्हणून तुला शिकवून शानं करतोय न्हवं आमी ? शानं हून हेच पांग फेडनार व्हय तू आमचं ?" तिचा हात थांबत नव्हता. आपलं पोर असं अचानक उलट बोललेलं तिला सहन झालं नव्हतं.

"सुवर्ण थांब. पोर हाय आजून ते. त्येला काय कळतयं. कशाला हात उचलतीस".

तुकाराम बायकोला समजावू लागला. पोराच्या तोंडुन असं ऐकुन खरंतर तुकारामाच्या मनावर आरी फिरली होती.तरीही तो समजूत काढू पाहत होता.

आईच्या हातचा मार पडल्यावर छोटया राजेशच्या डोळयांतून पाणी आले.

"मी काय न्हायी परत शाळंला जानार." त्याचा आवाज रडवेला झाला. "शाळेतली सारी पोरं- पोरी मला चिडवत्यात. तुजा बा शाळंम्होरं चपलं शिवतोय म्हणत्यात."

अजूनही मातकट असलेल्या त्याच्या छोटयाशा हातांनी राजेश डोळे पुसत होता.

"चांभाराच्या पोरा... ए चपल्या ... चांभारा , आसं रोज काय पण म्हणत्यात मला. आज मी त्येंला मारायला गेलोतर ..." पुढं त्याला बोलता येईना. त्याचा ऊर भरून आला.

आता मात्र त्याच्या आई आणि बा च्या डोळयात पाणी आलं. कुणीतरी काळजाचा लचका तोडावा असं झालं. त्या छोटयाश्या पोराच्या मनात मघापासून उठलेलं वादळ आता बाहेर आलं होतं आणि त्यानं आता त्या त्रिकोणी कुटुंबाला घेरलं होतं. सुवर्णाने पोराला जवळ घेतलं. आईच्या पदरात ते पोर हुंदके देत रडत होतं आणि त्याची आई पदराच्या टोकानं आपलं डोळं पुसत होती. तुकारामाचं डोकं सुन्न झालं. तो दाराशी जाऊन बसला. आपल्या नावाची

पोराला लाज वाटते आणि त्यामुळे त्याचा रोज अपमान होतो या विचाराने त्याचं काळीज ऊसवून निघत होतं. स्वतः गरीबीच्या फाटक्या वाटेवर चालताना उसवलेल्या काळजानं तो जगू शकत होता. एक बाप म्हणून पोराच्या मनाचे रोज ऊसवणारे टाके मात्र तो शिवू शकत नव्हता. सुवर्णाला आता स्वतःचाच राग आला. विनाकारण आपण या जिवावर हात उचलला. स्वतःला सावरत आणि राजेशला शांत करत ती बोलली –

“राजा, हे बग, हिकडं बग. रडायचं न्हायी आसं खुळयासारकं. तुला एक सांगू ?”

तिने पोराचे डोळे पुसले. दोन्ही हातानी त्याचा चेहरा धरत ती म्हणाली , “हे बग. तू मोटा

झाल्यावर सायब हुनार न्हवं?" राजेशने होकारार्थी मान हलवली.

"हां. शानं पोर माजं ते." तिनं त्याला कुशीत घेतलं. "मग तुला मोटं झाल्यावर त्याच शाळंम्होरं चपल शिवाया लागू नयं म्हणुन तुजा बा आत्ता तितं चपलं शिवतोय हे कायम लक्शात ठेवायचं. लय शिकायचं. लोकांचं बोलणं पाण्यासंगं गिळून टाकायचं. अपमान वाटून घ्यायचा न्हायी. उदया तुजी मान खाली जाऊ नयं म्हणून तुजा बा तितं मान खाली घालून लोकांची चपल शिवतोय म्हणायचं. काय? आणि शिकून सायब व्हायचं. उदया तुज्या बा ची मान ताट राहिली पायजे."

बोलताना सुवर्णेचे डोळे भरून आले. पोराच्या पाठीवरून हात फिरवताना तिची नजर दारात बसलेल्या तुकारामाकडे गेली. पोराचा झालेला अपमान दोघांच्याही जिव्हारी लागला होता तरीही जड अंतःकरणाने तिने पोराला अपमान पचवण्याचा धडा दिला होता.

चूक

दारावरची बेल वाजली. मिसेस आपटेंनी दरवाजा उघडला.

"काय झालं? काही समजलं का?" पतीच्या हातातील बॅग घेत मिसेस आपटेंनी विचारले . मिस्टर आपटेंनी नुसतीच हताशपणे नकारार्थी मान हलवली.

"जरा पाणी घेऊन ये".

"हो आणते". त्या लगबगीने किचनमध्ये गेल्या. "कोणी काही सांगितलं का ?" त्यांच्या चेहऱ्यावर बैचेनी स्पष्ट दिसत होती. त्याला कारणही तसेच होते. आपटे दांपत्याचा एकुलता

एक मुलगा रोहन दोन दिवसांपुर्वी घरातून बाहेर पडला होता आणि तो अजूनही परतला नव्हता. मिस्टर आपटेंनी पाण्याचे काही घोट घेतले . ते चेहऱ्यावरची काळजी लपवण्याचा प्रयत्न करत होते. आपल्यामुळे आपल्या पत्नीचा धीर खचू नये असे त्यांना वाटत होते.

"समजेल. काहीतरी नक्की समजेल."

डोळयांवरचा चष्मा उतरवत ते विचारात बुडाले. मनातून तेही थोडे निराश झाले होते. मुलगा बेपत्ता होऊन आता बराच वेळ उलटला होता. दोन रात्रींपासून दोघांचाही डोळयाला डोळा लागला नव्हता. काळजीपोटी त्यांनी जेवणही सोडले होते. दोघेही हतबल झाले होते. पूर्णपणे निःशब्द वातावरणात दोघांची नजर एखादा

आशेचा किरण शोधत होती. मिसेस आपटेंना डोळयासमोर अजूनही दोन दिवसांपुर्वी घडलेला प्रसंग दिसत होता.

"आई.... ऽऽऽ आई" नेहमीप्रमाणे रोहन शाळेतून घरी परतला तो ओरडतच.

"आई...ऽऽ मला खायला दे काहीतरी." धावतच तो आतमध्ये आला. पाठीवरची स्कूलबॅग सोफ्यावर फेकून दिली आणि सरळ किचनमध्ये दाखल झाला.

"हो.. हो देते काहीतरी. आधी तोंड हात धू जरा. फ्रेश हो जा."

त्याने गडबडीने हात पाय धुतले.

"कित्ती धांदल करशील रे ? आगगाडीसारखा

धावतच काय सुटला आहेस ... हं ?"

"भूक लागलीय मला. इकडे दे तेखायला."

हातातील ग्लास व बाऊल त्याने ओढूनच घेतले.

"अरे... अरे. दम धर जरा. असं काय करतोयस लहान मुलासारखं."

"हं . असू दे. लहानच आहे मी अजून".

"नेक्स्ट इयर फिफ्थ क्लासला जाणार तू आणि म्हणे लहान..." रोहनच्या आईसाठी त्याचा हा गोंधळ काही नवीन नव्हता.

"मग काय म्हणते शाळा ? आज काय केलं दिवसभर?" त्यांनी रोहनला विचारले.

"काही नाही". खात खातच तो बोलला.

"आणि काय रे हे... किती वेळा सांगायचं

तुला? स्कूल बॅग नेहमी जागेवर ठेवत जा म्हणून. रोज कुठेही फेकून देतोस".

रोहन आईच्या बोलण्याकडे दुर्लक्षच करत होता. त्याचे साहित्य व्यवस्थित जागेवर ठेवून मिसेस आपटे रोहनजवळ जाऊन बसल्या.

"ए आई... ."

"अं?" त्यांनी रोहनकडे प्रश्नार्थक नजरेने पाहिले. रोहनला काहीतरी सांगायचे होते.

"आई. मला सायकल पाहिजे."

"सायकल ? आता हे काय अचानक नवीन ?"

"तो अजित आहे ना ... त्याला त्याच्या बाबांनी नवीन सायकल घेऊन दिली माहितेय. बर्थडे गिफ्ट दिलं त्याला. मलापण तश्शीच सायकल

पाहिजे”

आता मिसेस आपटेना थोडंसं लक्षात यायला लागलं की रोहनच्या डोक्यात अचानक सायकलचं वेड कुठून आलं होतं.

“हो का . मग तुझा बर्थडे तर अजून लांब आहे. तुझ्या वाढदिवसाला घेऊ हं तुला सायकल.” त्यांनी थोडेसे गमतीने म्हटले.

“नाही. मला आत्ता पाहिजे. मला वाढदिवसाला नको काही.”

“आता काही नाही. नको तो हट्ट करायचा नाही.”

“ऐ आई, काय गं” रोहन थोडासा नाराज होत बोलला.

“उठ. अभ्यासाला लाग चल. बाबा येतील

एवढ्यात. मलाही बरीच कामे पडली आहेत".

बोलता बोलता रोहनची आई उठली. आई पाठोपाठ रोहनही किचनकडे निघाला.

"हं . करतो मी अभ्यास पण मला सायकल आण आधी"

"बाबा आले की माग बाबांकडे तूच".

"अं ... मला सायकल पाहिजे. तू सांग ना बाबांना. तुला माहीत आहे बाबा माझं ऐकणार नाहीत. मुद्दाम करतेस तू सारं". रोहन थोडा रडवेला झाला. "मी नाही अभ्यास करणार" तो रूसून जागीच बसला.

"नको करूस".

"स्कूलला पण नाही जाणार" रोहन त्याचा हट्ट सोडायला तयार नव्हता.

"राहू दे. बस घरीच. तुमचे सर आणून देतील मग तुला सायकल घरी. हं."

"तुला सगळी गंमतच वाटते आई . तू का असं करतेस ?"

"अभ्यास कर रोहन. असा हट्ट करू नये. आपल्या अपार्टमेंटमधील सगळया मुलांकडे कुठे आहे सायकल ? आणुया म्हटलं ना सायकल तुला. आता तुझी एक्झाम देखील आली आहे तोंडावर तेव्हा अभ्यास कर".

"नेहमी काहीतरी कारणे सांगतेस तू . तुला माझी काही काळजीच नाही."

"नाही रे रोहन. हा डबा एवढा ठेव पाहू तिकडे" मिसेस आपटे त्याला समजावू पाहत होत्या.

"मी नाही ठेवत जा. मी काय सांगतोय त्याची तुला काहीच काळजी नाही. डबा ठेव म्हणे. तूच ठेव." तो थोडा रागानेच उठला.

"बाकीच्या मुलांचे आई बाबा बघ कसे लाड करतात त्यांच्या मुलांचे".

"रोहन... रोहन इकडेये. कुठे चाललास ?"

रोहनचे वागणे त्यांना जरा विचित्रच वाटले .

तो रागाने बाहेर चाललेला पाहून आपटेंनी हातातले काम बाजूला ठेवले.

"रोहन. घरी ये आधी." एव्हाना तो अपार्टमेंटच्या गेटबाहेर पडला होता.

"मी जातो. नको मला सायकल. तू सांग बाबांना. मी आता घरी येणारच नाही." निघून जाताना त्याने मागे वळूनही पाहिले

नाही.

रोहनचे बाबा आले तेव्हा मिसेस आपटेंनी त्यांना घडलेला प्रकार सांगितला. रोहन नाराज होऊन मित्रांकडे गेला असेल असे त्यांना आधी वाटले परंतू त्याच्या मित्रांकडे तसेच शेजाऱ्यांकडे चौकशी केली असता त्यांना रोहनविषयी काहीच समजले नाही. त्या रात्री आपटे दांपत्याने सर्व नातेवाईकांकडे आणि ओळखीच्या व्यक्तींकडे विचारपूस केली पण हाती काहीच लागले नाही. निघून जाणाऱ्या वेळेबरोबर दोघे पती पत्नी एकमेकांस धीर देत होते. दुसऱ्या दिवशी सकाळी रोहनच्या स्कूलमधूनही त्यांना काही समजू शकले नाही. राहून राहून झालेल्या प्रकाराबददल मिसेस आपटे स्वतःला अपराधी

समजत होत्या. घडलेली घटना आठवून त्या आपल्या दुःखाला अश्रूंद्वारे वाट मोकळी करून देत होत्या. रोहनची प्रत्येक आठवण त्यांचा पाठलाग करत होती इतक्यात फोनची रिंग झाली.

"हॅलो..."

मिस्टर आपटेंनी फोन उचलला. काही वेळ बोलणे झाले आणि त्यांनी फोन ठेवला.

"हो सर ... थँक्यू ".

"कोण?"

"ऑफीसमधून फोन होता ... काही मदत लागली तर सांगा... काळजी घ्या म्हणत होते"

ते निराशपणे हसले. त्या शांत वातावरणात त्यांचा एक सुस्कारा बैचेन करून गेला. काही

वेळ झाला असेल नसेल तोच पुन्हा त्यांच्या मोबाईलची रिंग झाली.

“हॅलो.... हॅलो ... हॅलो.” पलीकडून कोणीच उत्तर देत नव्हते. फोन मिसेस आपटेंनी घेतला.

का कोणास ठाऊक त्यांना मनातून वाटत होते की हा फोन रोहनने केला असावा

“हॅलो” असे बोलताच फोनवर कोणीतरी रडत असल्याचा आवाज आला.

“हॅलो... रोहन . रोहन ....”

“आई...” फोनवर रोहनच होता. तो हुंदके देत होता. रोहनच्या आईचे डोळे भरून आले.

“अहो... रोहन आहे. आपला रोहन.” आपल्या मुलाचा रडण्याचा आवाज ऐकून आपटेंचा जीव

व्याकुळ झाला. आतापर्यंत त्यांना मुलाची वाटणारी काळजी आणखी वाढली. रोहनच्या बाबांनी ते ओळखले. त्यांनी मिसेस आपटेना इशाऱ्याने धीर धरायला सांगितले आणि फोन आपल्या हाती घेतला. रोहन अजूनही रडत होता.

"हे बघ रोहन. रडू नको. शांत हो. माझा आवाज ऐकतोयस ना . नीट लक्ष देऊन ऐक , काही होणार नाही तुला." रोहन थोडा शांत झाला.

"तू नेमका कुठे आहेस ? कुठून बोलतोयस तू? तिथे बाजूला कोणी आहे का ?" रोहनचा पत्ता मिळवण्यासाठी ते रोहनला बोलता करण्याचा प्रयत्न करत होते.

"बाबा ... बाबा , मला नाही माहीत इथला पत्ता. मला इथल्या एका काकांनी हा फोन दिला आहे . मला घरी यायचं आहे बाबा." तो पुन्हा रडू लागला.

"हो ... येशील तू परत घरी. काळजी करू नको. तिथे बाजूला कोणी आहे का? त्यांना दे फोन. मी बोलतो त्यांच्याशी"

"अहो, काय म्हणतोय तो?" रोहनची आई काळजीने विचारत होती. "रडत असेल हो तो अजून".

फोनवर बोलत आपटे बाल्कनीत आले. मिसेस आपटेंचा जीव वर खाली होत होता. काही वेळाने आपटेंनी फोन ठेवला आणि ते आत आले.

"काळजी करू नकोस. तो सुखरूप आहे. थोडा घाबरला आहे इतकंच. तू थांब घरी ,मी घेऊन येतो त्याला. ठीक आहे?"

"मी पण येते ना सोबत. घरी थांबून माझा जीव टांगणीला लागेल".

"बरं चल. मी गाडी घेऊन बाहेर थांबतो. तू ये पटकन"

घरातून निघून आल्यापासून रोहनला आपली चूक उमगली होती. तो रागाने बाहेर पडला होता. त्या संध्याकाळी त्याने मनाशी निश्चय केला होता की पुन्हा घरी परत जायचे नाही. बालमनाचा निश्चय तो. निश्चय कसला ? क्षणिक नाराजीपोटी व्यक्त झालेली एक भावना यापलीकडे त्याचे काही अस्तित्व नव्हते. बाहेर

पडताना त्याने काहीही मागचा पुढचा विचार केला नव्हता. वाट मिळेल तिकडे तो चालत होता. ती रात्र त्याने उपाशीपोटी काढली. जागा मिळेल तिथे झोपी जाण्याचा तो प्रयत्न करत होता. भुकेल्या पोटाने झोप लागणे कठीणच. त्याच्या मनात फक्त घरापासून दूर जाण्याचाच विचार होता पण आज त्याला कळून चूकले होते की तो विचार किती निरर्थक होता. कोणापासून दूर जातोय आपण आणि का ? एका क्षुल्लक कारणासाठी ... सायकलसाठी ? घराच्या चार भिंतीमधील आयुष्य किती सुखी आणि सुरक्षित होते! त्याउलट हे बाहेरचे जग. पूर्ण वेगळे. कोणीही आपले नाही, कोणी मदत करत नाही. रोहनची विनवणी ऐकून एका भल्या

माणसाने त्याला मदत केली होती. तो एक छोटा टपरीवाला होता. त्यानेच रोहनला त्याच्या घरी फोन लावून दिला होता.

तिथे टपरीसमोर उभा राहून रोहन आई बाबांची वाट पाहत होता.

"आई..."आई गाडीतून उतरताच रोहनने धाव घेतली. तो आईला जाऊन बिलगला. त्याच्या आईने प्रेमाने त्याला मिठी मारली , त्याचे पापे घेतले. मुलाला आपल्यासमोर पाहून तिच्या डोळयांतून आनंदाश्रू वाहत होते. रोहनच्या बाबांनी टपरीवाल्याचे आभार मानले आणि आपटे कुटुंबीय गाडीतून घरी निघाले.

घरी पोहचेपर्यंत तिघेही शांत होते.

"रोहन, फ्रेश हो. मी तुझ्यासाठी काहीतरी

खायला बनवते "

"हं" रोहन उत्तरला.

त्याला अजूनही अपराधी असल्यासारखे वाटत होते. भिंतीला पाठ लावून तो उभा होता.

"बाबा , आय ॲम सॉरी."

"अरे... आता सगळं विसरून जा पाहू. पटकन तयार हो आणि काहीतरी खाऊन घे."

रोहन शांतपणे आतमध्ये गेला. तयार झाला. रोजचा धसमुसळेपणा आज त्याच्यात नव्हता. आईने जे बनवले ते त्याने विनातक्रार खाल्ले. रोहनमधील हा बदल खरंतर त्याच्या आईला खटकत होता. रोहनने जे काही केले ते अल्लडपणे केले होते.

त्याची चूक आता त्याला उमगली होती त्यामुळे त्याच्या मनातील अपराधीपणाची जाणीवही निघून जावी असे तिला वाटत होते. रोहनच्या बाबांनीदेखील तिचे मन वाचले असावे.

"रोहन, तुझ्यासाठी एक सरप्राईज आहे"

रोहनने प्रश्नार्थक चेहऱ्याने बाबांकडे पाहीले.

"तुझ्या खोलीत जाऊन बघ बरं "

रोहन त्याच्या खोलीत गेला आणि थोड्या वेळाने बाहेर आला. त्याच्याबरोबर सायकल होती आणि त्याचे डोळे पाण्याने भरले होते.

"बाबा मी चूकलो. मला माफ करा... मला नको ती सायकल ... नको ते सरप्राईज".

"अरे ... असं का बोलतोयस तू? इकडे ये."

रोहनच्या बाबांनी त्याला जवळ घेतले. त्याच्या खांदयावर हात ठेवत ते म्हणाले,

“असं रडायचं नाही वेडयासारखं. हे बघ, इकडे बघ. नेहमी लक्षात ठेव, आपण सारेच चूकतो, तुझी आई आणि मी सुध्दा चुकतो मात्र आपल्या चुकीतून आपण शिकायला हवं. तू घरातून निघून गेलास तेव्हा तुला समजून घेतलं नाही, ही आमची चूक होतीच ना. आपली चूक आपल्याला शिकवण जरी देत असली तरी आपल्या चूकीचा दूसऱ्याला निष्कारण कधीही त्रास होता कामा नये. तुला ते जाणवलं ही नक्कीच चांगली गोष्ट आहे.”

रोहन बाबांना बिलगला. त्याच्या बाबांनीही

प्रेमाने त्याची पाठ थोपटली. मिसेस आपटेंच्या चेहऱ्यावरही आता समाधान होते.

घोडा

"ए अनू ... नाही हं... इकडं ये बघू आधी. आलीस का ?"

"नाही", असं म्हणत छोटी अनूराधा खळखळून हसली.

"मला ते फूल पाहिजे " हसत हसतच तिला आवडलेलं कसलसं ते फूल तोडायला ती धावली.

लहानग्या अनूराधाला अंगणवाडीत सोडण्यासाठी तिचे बाबा चालले होते. सकाळी पोरीला शाळेत सोडणे हा त्यांचा नित्यक्रम. ते आंबेगावच्या माध्यमिक शाळेत कारकून म्हणून नोकरीस होते. परिस्थिती तशी बेताचीच. अनूराधा ही

त्यांची एकुलती एक लेक. आईविना वाढलेली. अनूराधाला जगाची थोडी - फार ओळख होण्याआधीच तिची आई हे जग सोडून गेली होती. तेव्हापासून अनूराधा आणि तिचे बाबा एकमेकांसाठी एकमेकांचे जग होते. तिचे बाबा लाडाने तिला अनू म्हणायचे. अनू आता

पाच वर्षांची झाली होती. सकाळी सहा वाजता त्यांचा दिवस सुरू होत असे. पोरीला शाळेत सोडून तिच्या बाबांना कामावर पोचावे लागत असे. आंबेगावची माध्यमिक शाळा गावापासून थोडी दूर होती त्यामुळे त्यांचा रोजचा सायकलवरून प्रवास ठरलेला होता.

"असं फूल तोडायचं नसतं अनू ".

"मग कसं तोडायचं?"

"अगं वेडाबाई फूल तोडायचचं नसतं. ते झाडावरच छान दिसतं".

"मी परत लावू का ते झाडावर ?" अनूने विचारले.

"नको. राहू दे तुझ्याकडेच". हातात फूल असलेला तिचा चेहराही त्या फुलासारखाच निरागस होता.

आपल्या गरीब आणि कमनशीबी हातात देवाने हे फूल का दिलं असेल ? असा विचार क्षणभर अनूच्या बाबांच्या मनात येऊन गेला.

"बाबा. ते बघा काय ? मला तो घोडा पाहिजे" वाटेवरच्या एका दुकानाकडे अनूने अचानक धाव घेतली. तिला दुकानातील तो लाकडी घोडा आवडला असावा बहुतेक. बाबांच्या हाताला

धरून ती तो घोडा घेण्याचा हट्ट करू लागली.

"आता नाही हं. आता शाळेला जायला उशीर होतोय ना?"

"नाही. मला आत्ताच पाहिजे"

"अनू. असं करू नये. शहाणी की नाही तू?"

"नाही. मला पाहिजे."

"आपण घेऊ की. संध्याकाळी घेऊ हं." तिला कडेवर घेत तिचे बाबा बोलले .

"संध्याकाळी तो निघून जाईल"

"आता सायकलवर बसून शाळेला जाऊ आणि शंध्याकाळी घोडयावरून घरी जाऊया हं."

कशीबशी मुलीची समजूत काढत त्यांनी तिला शाळेत सोडलं . संध्याकाळी आपण घोडयावरून घरी जाणार या आनंदात अनू शाळेत गेली.

मुलीची समजूत निघाली पण आपण तिचा हट्ट पुरवू शकलो नाही याचे तिच्या बाबांना थोडे वाईट वाटले.

संध्याकाळपर्यंत अनू तिचा हट्ट विसरून जाईल या विचारात ते कामावर निघाले.

संध्याकाळी पुन्हा जर तिने घोड्याचा हट्ट धरला तर... तिच्या चेहऱ्याकडे पाहताना खोटे बोलण्याचे त्यांना धाडस व्हायचे नाही.

आपण त्या निरागस जिवाला का फसवतोय याचे त्यांना वाईट वाटायचे. तिचे जग ते केवढे आणि तिचे मागणे ते काय ? आपण तेवढेपण पुरवू शकत नाही? क्षणात हसरा आणि क्षणात नाराज असे अनूचे चेहरे समोर यायचे आणि तिच्या बाबांशी बोलू लागायचे.

सायंकाळी कामावरून घरी परतताना , अनू एव्हाना तिचा हट्ट विसरली असावी असं तिच्या बाबांना वाटत होतं. आपण काहीतरी करून तिची समजूत काढू असं त्यांनी मनाशी ठरवलं होतं.

बाबा येताना दिसल्यावर अनू धावतच त्यांच्याजवळ गेली.

"अरे व्वा... हे काय ? चॉकलेट . बाईनी दिलं वाटतं?"

"हो. बाईनी सगळयांना चॉकलेट दिलं आज"

"हो का? छान! चला. सायकलवर नाही का बसायचं आज ?"

"अंहं."

"का ?"

"बाबा आपण आज घोडयावरून घरी जाणार

ना?"

"अनू, आपण आज एक गंमत बघायला जायचं"

तिचे बाबा काहीतरी बोलून अनूचं मन वळवण्याचा प्रयत्न करू लागले .

"त्या बाजूने गेलो ना तर आपल्याला रंगीत पक्षी दिसतील. लाल , हिरवे... आणि..."

"नाही. नको" बोलणे मध्येच तोडत अनू बोलली.

"आणि तिकडे मोठी चॉकलेट पण मिळतात अगं".

"मोठी ? हो?"

ती थोडेसे डोळे मोठे करत बोलली.

"हो... गोड - गोड. चॉकलेट. छान - छान पक्षी".

"नको. उदया जाऊ. आज मला घोडा पाहिजे".

अनू काही केल्या ऐकायला तयार नव्हती.

बोलत बोलतच ते त्या दुकानाजवळ आले.

सकाळचा तो लाकडी घोडा तिथंच होता.

"बाबा. तो बघा. घोडा... मी जाऊ? घेऊ?"

"नाही बाळा. तो आपला नाही".

"का ?"

"आपण दुसरा घोडा घेऊ. खराखुरा".

"खराखुरा ?"

"हो. एकदम खरा"

"नाही. मला तोच पाहिजे "

"तो आपल्याला देत नाहीत".

"का ?"

"आपल्याकडे पैसे नाहीत अनू". बोलताना

अनूच्या बाबांचे मन भरून आले.

“पैसे?” अनूच्या चेहऱ्यावर प्रश्नचिन्ह उमटले.

“आमच्या बाई देतील ?”

“नाही. चल आपण घरी जाऊ. मी तुला मोठा घोडा घेऊन देईन. चल. शहाणी आहे आमची अनू” दोन्ही हातांनी उचलून तिला बाबांनी सायकलवर बसवले.

“मला तोच पाहिजे” तिच्या डोळयांतून पाणी आले. ओल्या डोळयांनी ती अजूनही त्या घोडयाकडे च पाहत होती. तिच्या बाबांनी मन घट्ट केले.

“तो खोटा घोडा आहे. तो बोलत नाही, रडत नाही, हसत नाही”.

“आमच्या अनूला रडवलं.कट्टी कर त्याच्याशी.

आमची अनू काही रडत नाही. हे बघ. हसते आहे. हस अनू?" गुदगुल्या करून ते तिचा रडवेला चेहरा हसरा करण्याचा प्रयत्न करू लागले.

"आपण खरा घोडा आणू हं?"

"हं. खरा." अनू हळूच बोलती झाली. तिची समजूत निघाली असावी.

थोड्या वेळातच दोघेही घरी पोहचले. अनूला कडेवर उचलूनच बाबांनी घरी आणले.

"आज आमच्या अनूला खरा घोडा घ्यायचा. हो की नाही अनू?"

"हो"

"तो घोडा खोटा होता की नाही ?"

"हो. खोट्टा घोडा".

अनूचे दप्तर खुर्चीत ठेऊन तिचे बाबा तिच्यासाठी फरशीवर घोडा बनले.

"हा बघा आमच्या अनूचा खरा घोडा". अनूला त्यांनी स्वतःच्या पाठीवर बसवले.

"हा घोडा बोलतोपण... चल रे घोड्या..."

अनूच्या चेहऱ्यावर हसु उमटले. ती मोठमोठ्याने हसू लागली.

"चल रे घोड्या" असं म्हणत असताना ती काही वेळेपूर्वीचं दुःख विसरूनसुध्दा गेली. तिच्या बाबांचे डोळे भरून आले आणि अश्रूंचे काही थेंब जमिनीवर सांडले.

ओळख

शाहुनगर म्हणजे एका मोठ्या शहरात वसलेलं एक छोटंसं जग. तिथल्या शांततेने गजबजलेल्या शहराचाही विसर पडतो. बरीचशी कुटुंबं तिथे एकमेकांशी एकमेकांच्या सुख - दुःखाची देवाणघेवाण करत गुण्या गोविंदाने नांदत होती. मॉल्सची किंवा बाजारपेठांची आणि त्यामुळे होणारी लोकांची गर्दी नाही. एक छोटीशी मंडई, बाजूला असलेले बस स्टँड आणि रिक्षा स्टँड एवढीच काय ती वर्दळीची ठिकाणं. दररोज सकाळी माणसे बस आणि रिक्षा स्टँडजवळ गर्दी करायची. प्रत्येक सकाळ आणि संध्याकाल तिथे जवळपास सारखीच असायची.

आजही चित्र काही वेगळे नव्हते. हळूहळू माणसे स्टँडवर गर्दी करू लागली होती.

"स्टेशन जाणार काय ?" एका मुलाने रिक्षासाठी चौकशी केली.

"हं. बस."

विलास शिंदे हे साधारणतः चाळीशीतले गृहस्थ. व्यवसायाने रिक्षाचालक. नेहमीप्रमाणे प्रवाशांना घेऊन निघायच्या गडबडीत होते. त्यांनीच त्या मुलासाठी रिक्षा थांबवली होती. त्यांचे धिप्पाड शरीर पाहताक्षणी नजरेत भरायचे. अंगावर चढवलेले खाकी कपडे आणि खिशाला रिक्षाचालक असल्याचे टोकन होते. चौकोनी, राकट चेहरा, पीळ दिलेली मिशी, वाढवलेली दाढी

आणि कपाळावर टिळा अशी त्यांची देहबोली होती. त्यांच्या रिक्षात आता तीन प्रवासी झाले होते.

"चला स्टेशन ... स्टेशन हाय काय?" शिंदे रिक्षातून उतरून आवाज देऊ लागले.

"चला एक सीट ... स्टेशन... स्टेशन"

इतक्यात एक बाई लगबगीने हातात कसलीशी पिशवी घेऊन आली.

"स्टेशन काय ?"

"व्हय बसा मावशी. ए पोरा तू पुढं बस हिथं. त्यानला मागं बसू दे".

मघाशी आलेला तो मुलगा पुढे ड्रायव्हर सीटच्या बाजूला बसला. ती बाई पिशवी सावरत मागच्या सीटवर बसली आणि रिक्षा निघाली.

"किती येळ लागंल वं स्टेशनला पोचायला ?" त्या बाईने विचारले.

"अर्धा तास लागेल" मागच्याच सीटवरील एकाने उत्तर दिले.

"व्हय काय. जरा लवकर घे रं बाबा, न्हायतर माजी गाडी चुकायची."

"हं... घेतो मावशी" म्हणत शिंदेनी एकवार मागे वळून बघितलं. मागच्या सीटवर ती बाई, मध्ये थोडया वेळापूर्वी बोलता झालेला तो इसम आणि एका बाजूला काहीसे वयस्कर एक गृहस्थ बसले होते. त्यांना पाहिल्यावर ते कोणी साहेब असावेत असे जाणवत होते. त्यांची नजर बाहेर होती. शिंदेंना त्यांचा चेहरा थोडा ओळखीचा वाटला. थोडा वेळ पुढे गेल्यावर रिक्षा एका

सिग्नलजवळ थांबली. शिंदेंनी एक वर्तमानपत्र घेतले. सिग्नलजवळ पेपर घेण्याचा हा त्यांचा नियम फारच कमी वेळा चुकला असेल.

सिग्नल सुटताच रिक्षा पुढे निघाली. शिंदे पुन्हा त्या गृहस्थांना आठवण्याचा प्रयत्न करू लागले पण काही केल्या त्यांना नेमके आठवत नव्हते. त्यांनी ओळख काढायचे ठरवले.

"सायब? कुटं जायचयं तुमाला ?"

"अं.... मला ? साठे कॉलेज. स्टेशनच्या अलीकडे थोडं".

"तुमी तितं शिकवता काय ?"

"नाही. थोडं काम आहे म्हणून चाललोय. मी सध्या रिटायर्ड आहे. पुण्याला होतो."

शिंदेंना काहीतरी आठवले. त्यांनी रिक्षाचा वेग

थोडा कमी केला.

"पुण्याला कुटं झेड पी ला हुता काय ?" ओळख काढण्याचा त्यांचा प्रयत्न चालूच होता.

"नाही. कार्पोरेशन. मनपा मध्ये होतो मी".

"हां... हां... बरोबर... बरोबर... तुमी जोशी सायेब ना ?" शिंदेंनी बहुधा ओळख लागली असावी.

"हो ... पण तुम्ही? तुम्ही मला ओळखता ?" जोशींनी काहीसे आश्चर्याने विचारले .

"तर काय . तुमी वळकत नसाल मला पन मी तुमाला वळकतो."

अचानक एक सायकल वाटेत आडवी आली तसा शिंदेंनी रिक्षाला ब्रेक लावला.

"आरं ये ,काय मरायचं हाय काय ?"

"कुटनं येत्यात मरायला आमच्याच नशीबात..." जरा वैतागतच शिंदे पुटपुटले.

"आसू दे बाबा. त्येला तरी काय मरायची हौस आलीया व्हयं. तू चल लवकर." रिक्षातील ती बाई शिंदेंना बोलली.

"तस न्हायी पर बगून चालवायला येत न्हायी का ?" काहीसे वैतागलेल्या सुरातच ते बोलले.

"जाऊ दे. चला. चालायचचं." जोशी म्हणाले

"मरू दे. तर... जोशी सायेब, मी विलास शिंदे. माजं एक काम हुतं पुण्याला तवा मी आलो हुतो तुमच्याकडं झेड पी ला".

"कार्पोरेशनला" चूक दुरूस्त करत जोशी बोलले.

"हां ... तेच ते. त्येला लय वरसं झाली. माज्या जमिनीचं काम हुतं. तुमाला बगीतल्यावर माज्या लक्शात आलं. म्हटल तुमाला कुटतरी बगितलयं. तुमाला वळक लागली का न्हायी ?"

"हो ... हो... बरोबर. आलं लक्षात. शिंदे ना तुम्ही?" जोशींना खरंतर अजुनही ओलख लागलेली नव्हती. केवळ संवाद चालु ठेवण्यासाठी त्यांनी मघाशी शिंदेंनी स्वतःच सांगितलेल्या ओलखीचा उल्लेख केला होता.

"त्यावेळी माजा मित्र नामदेव माज्याबरोबर हुता. तुमी माजं काम करून दिलेलं त्या येळला. दोन - एक वरसं झाली आसतील. हिकडं कवा आला तुमी ? "

"कालच आलो. आज थोडं काम होतं इकडे म्हणून आलो होतो. जरा थांबवता का इथे?"

"उतरणार का हित?," शिंदे.

"नाही. दोन मिनिटे जरा थांबवा साईडला" जोशी.

शिंदेंनी रिक्षा थांबवली तसे जोशी उतरून रस्त्याच्या बाजूला असलेल्या एका टपरीजवळ गेले. त्यांनी एक सिगारेट घेतली आणि काही मिनिटे ते तिथेच थांबले.

"या सायबाला पण आत्ताच बिडी वडायची हुती. आजून किती येळ लागंल?" उशीर होईल या भीतीने मागच्या सीटवरील ती बाई पुन्हा बोलली.

"आलंच मावशे. आजून पाच मिनीटं थांब".

शिंदेंनी तिला सांगितले.

सिगारेट संपवून जोशी परत आले.

"चला जाऊ दे."

"कुटं उतरायचं म्हनला सायब तुमाला?"

"साठे कॉलेज. पुढच्या चौकातून थोडं आत घेता का? म्हणजे माझी दोन - तीन मिनिटे वाचतील आणि चालण्याच त्रास सुध्दा". हसत हसत जोशी बोलले तसे बाकीचे प्रवासी त्यातल्या त्यात ती बाई जास्तच वैतागली.

शिंदेनी रिक्षा कॉलेजच्या गेटपर्यंत नेली.

"किती झाले?" रिक्षातून उतरत जोशींनी प्रश्न केला.

"शंभर रूपये". शिंदेंनी सांगितले.

"हजार सुट्टे आहेत? नाहीतर असं करा हे सत्तर आहेत माझ्याकडे. हे ठेवा. पुन्हा देईनच मी. अजून आहे काही दिवस मी इथे. काय?" बोलत बोलत त्यांनी पैसे शिंदेंच्या खिशात कोंबले.

"चला येतो. भेटून आनंद झाला" असे म्हणून जोशी निघाले.

"तू आता मागं बस रे पोरा". मघापासून पुढे बसलेल्या त्या मुलाला शिंदे म्हणाले. रिक्षा पुन्हा सुरू झाली.

"काही काही लोकं कवाच सुदरणार न्हायीत." शिंदे हसत स्वतःशीच बोलले.

त्यांनी मागच्या सीटवरच्या त्या इसमाकडे

पाहिले आणि म्हणाले,

"बरंका भाऊ, हा गेलेला जोश्या, एक नंबरचा लुच्चा माणूस. माजं एका सहीचं काम करायला मला महिनाभर हेलपाटं घालायला लावलं हयेनं. शेवटी पाचशे रूपये हातावर ठेवलं तवा सही केली. त्येनं मला वळकला बी न्हवता खरंतरं. मी एकटाच गेल्तो पुण्याला. कोण नामदेव न्हवता माज्यासंगं." शिंदेंनी केलेला हा खुलासा सर्वांना नक्की आश्चर्य वाटण्यासारखा होता.

"जाऊदे हो. असतात काही काही लोक. त्याला तर कुठे एवढं लक्षात राहणार आहे. किती जणांना असं लुबाडलं असेल त्याने". तो इसम सहानुभुती दाखवत बोलला.

थोडया वेळापूर्वीच्या त्या घटनेनं काहीशी चिडलेली ती बाईसुध्दा बोलती झाली.

"आसूदे बाबा. जाऊ दे. त्येला मी मगाशीच वळीकला. लोकांची काय काळजीच न्हायी त्या माणसाला"

"मी पण मुददामच तीसच्या जागी शंभर रूपये सांगितलं तर त्येनं सत्तर खिशात कोंबलं. बघितलसा. तीस सांगितलं आसतं तर दहाची नोट ठेवली आसती हातावर. मानूस वळकीचा फायदा करून घेतो. कोण कोण वळकीचा गैरफायदा घेतो हे माहित हुतं पण नसल्याल्या वळकीचा गैरफायदा घेणारासुदा आसतो हे आज कळालं."

स्टेशन आल्यावर शिंदेंनी रिक्षा थांबवली. सारे प्रवासी उतरले आणि आपल्या वाटेला निघून गेले. शिंदेंना आज एका गोष्टीची नव्याने ओळख झाली होती.

कावळा

"आरं ये आबा. हायंस का न्हायीस रं?"

जोतीनानाची हाक ऐकून आरामखुर्चीत पडलेल्या आबाची हाडं कुरकुरली. वयाची पंच्याहत्तरी उलटलेल्या आबाच्या अंगात आता नुसती हाडंच उरली होती. आबा म्हणजेच आबाजी पाटील हे पिंपळगावमधील एक नामी व्यक्तिमत्व. एके काळी आबा सरपंचांचा देह पाहून भली - भली कापायची. त्योच आबा आज मरणाची वाट बघत पडला होता. जोतीनाना आणि आबा हे जिवाभावाचे मैतर. दोघांनीही पिंपळगाव आणि आसपासच्या गावांमध्ये भरपूर प्रतिष्ठा मिळवली

होती. आपल्या आयुष्यात त्यांनी अनेक माणसे जोडली होती. पंचक्रोशीतील लोकांमध्ये हया जोडीच्या दोस्तीचे आणि साहसाचे अनेक किस्से आजही सांगितले जातात.

"आरं आबा, निवांत पडलायस बाबा. आज कंचं काम न्हायी वाटतं?" जोतीनानानं सोप्यातल्या बाजल्यावर बसत विचारपूस केली.

आबा म्हणाला, "ये बाबा, लय दिसांनी आलास. तू आणि कसलं काम लावतोस या म्हाताऱ्याला?"

"तू ? आणि म्हातारा ? आरं आज बी पोरांच्या लाथा खायची ताकद हाय की तुझ्यात ... आं?" जोतीनाना मोठ्याने हसला.

"खरं हाय नाना तुजं. तूबी माज्यासारकाच, ...

तवाच तुला माजं दुःख कळतयं बग".

"आपण न्हायी बा तुज्यासारका. मला कसलं दुःख आलयं? तूच पोरांची आणि सुनांची कामं आयकत न्हायीस तवाच तुला लाता घालत्यात. आपुन कवा न्हायी म्हणत न्हायी. आत्ताच बग, सुनंचं डोस्क उठलंय म्हणून मी गोळया आणाया निगालोय. कसं?" नाना कसबसं हसला.

"सात आठ दिस कुटं गावात दिसला न्हाईस तवा म्हटलं इचारपूस करावी. आता काय काम लावत न्हाईत वाटतं तुला. आं ?" नाना पुन्हा बेगडी हसला.

"आपणाला न्हायी बाबा तुज्यासारकं दुःखावर हासणं वडाया येत". आबा म्हणाला ,

"म्हणूनच सगळयास्नी नावं ठेवीत, कुजत पडलायस न्हवं?" नाना खेकसला.

"आरं आबा, मला कळत का न्हायी ... परं आसं रडत पडून काय व्हणार हाय ? सांग बगू मला?" जोतीनानाच्या आवाजात आता थोडा मैत्रीचा ओलावा आला होता.

पाराकडल्या वडाकडं बोट करत आबा बोलला, "नाना, त्यो कावळा दिसतोय का? त्येज्यात आन आपल्यात लय काय फरक न्हायी बाबा. त्येला धड उडायला बी यीना आणि त्येला कोण नीट बसूबी दिना. त्येज्याच जातभाईनी त्येला घायाळ केलाय बग की"

तेवढ्यात एका पोरानं त्या कावळयाला एक धोंडा मारला. कावळा तडफडला तसा नाना त्या

पोरावर खेकसला,

“आरं ये पोरा, का धोंडा मारतोस रं?” नानाच्या आवाजानं पोरं थोडी पांगली.

“नाना, बग त्येज्याकडं. कोण त्येजी गंमत करतुया, कोण त्येज्यावर आपला राग काडतुया. त्येजा गुना काय मला सांग?”

आबाच्या प्रश्नावर नानानं एक सुस्कारा सोडला.

“त्येजा गुना एकच आबा. त्यो घायाळ हाय. त्येनं या सगळयांकडनं मदतीची आस धरली. हयोच त्येजा गुना”

“आबा, येवडी सांच्याला भाजी घिवुन या जावा. मी जरा पोरांकडं बगतो.” आबांची सून सोप्यात येत म्हणाली. तिनं आबाजवळ पिशवी आणि पैसे

ठेवले.

"नाना, काय झालंय तुमच्या दोस्ताला जरा तुमीच बगा. नुस्ता पडून आसतोय म्हातारा. आठ दिस आधी तर ठणठणीत हुता."

"त्येच इचारत हुतो मी बी." जोतीनाना आबांच्या सुनेला म्हणाला.

"का रं आबा ? काय झालंय म्हणायचं तुला?" नाना आबाला उद्देशून बोलला.

"हुतंय काय . घरचं काय काम करायला नगं. बाजल्यावर पडून खायला पायजे नुसतं. स्वांग काडून पडून ऱ्हायचं दुसरं काय..." आत जाता - जाता आबांची सून पुटपुटली. ती आत गेल्यावर जोतीनानानं पिशवी आणि पैसं घेतले. त्याच्या मनात विचार आला , "काय

बिचाऱ्या आबाला छळायला लागल्यात ही सगळी माणसं . घरातल्या नोकरासारखं पडंल ते काम आबा नेमानं करायचा. स्वभावानं एकदम गरीब,साधा... पावलोपावली हुणारा अपमान गिळून टाकत जगणारा आबा! आज काही दिवस अंथरूणावर पडून राहिला तर त्याच्या नशीबी अपमानच का? साधी इचारपूस पण कुणी करू नये?"

"कसला इचार करतोयास नाना? हे सगळं आसंच चालायचं . तू आज माजं काम करशील , उदयाचं काय ? उदयाचं राहू दे, सांच्याला पोरास्नी शाळेतनं आणाया गेलं पायजे." आबा जुल्मानं हासला.

"का हयेंच्या नवऱ्यास्नी काय हुतयं घरला

येतानं येवढी कामं करायला?" तिडकीनं उठत नाना बोलला "न्हायी, हये आता हाफीसर हायती न्हवं का? त्यास्नी आता बा बिनपगारी नोकर वाटायला लागलाय. आबा, तू नातवाचंबी लय लाड करू नगसं. ही आशीच उरपाटी फिरणार. आपलं कुनी न्हायी बग".

आबा नानाला शांत करीत म्हणाला , "नाना, तू कसा चिडलास रं? तुला तर काय बी दुःख न्हायी न्हवं का ? तुला एव्हढं जमतंय तर तुझ्या घरात का बोलला न्हायीस?"

"तिथंच घोडं पेंड खातंय." नाना थोडं शांत होत बोलला, " आबा माझी बायकू तरी माज्यासंगं हाय चार सबुद बोलायला. मला तुजंच वाईट वाटतंय बग. वयनी सोडून गेली

आणि तू आता आसा खंगत चाल्लायस".

"कशाला वाईट वाटाया पायजे. ती गेली त्ये बरंच झालं. सुटली हया सगळयातनं म्हणायची". आबानं आपल्या डोळयातली टिपं पुसली.

"नाना, आता आश्रमात पाठिवणार हायत मला".

"म्हंजी तू आता स्क्रॅप मटरेल म्हण की?" नाना त्याच्या लकबीन परत हसला.

"नाना, बर व्हईल मला आत्ताच मराण आलं तर. त्या कावळयाकडं बगितलं की जीव कालावतोय माजा. मला त्येज्याआधी सुटायचं हाय, मोकळं व्हायचं हाय बग सगळयातनं. त्यो कावला माज्या जखमंवर मीठ चोळतोय रं. खरंच आता मराण यायला पायजे". आबाला

मध्येच थांबवत नाना म्हणाला

"बस बाबा रडत. तू म्हटल्यावर का मराण येणार हाय. मी चलतो आपला. सुनंचं डोस्कं उठलंय न्हवं आणि तुजी भाजीसुदा आणायची हाय" नाना पायात चप्पल अडकवून निघून गेला.

आबा तसाच कावळयाकडं बघत बसला. बाकीच्या कावळयांनी त्याला पुरता घायाळ करून त्याचा जीव घेतला.

"आजून हिथंच हायसा व्हय? काय करायचं या माणसाला?" अस म्हणत आबांची सून आली.

तिनं आबाला खुर्चीतनं खेचूनच बाहेर काढला. मात्र आबाचा देह फरशीवर पडला तो परत उठलाच नाही. पारावरच्या त्या कावळयाचा आता घारींनी फडशा पाडला होता.

ओंजळ

आठवड्यातील प्रत्येक दिवसासारखाच तो एक दिवस होता. एखादया नोकरदारासाठी काही खास घडणे अपेक्षित नसणारा. रोजचा साधारण दिवस.

उमेश. असाच एक नोकरदार तरूण. स्वतःच्या गावापासून दूर, मुंबईसारख्या गजबजलेल्या शहरात नोकरीसाठी येणाऱ्या अनेक तरूणांपैकी एक. उमेश मुंबईमध्ये काही महीन्यांपूर्वी आला होता. सुरूवातीच्या काही खडतर दिवसांनंतर त्याला एका ठिकाणी पुरेशा पगाराची नोकरी मिळाली होती. कधीतरी

मिळणाऱ्या सुट्टीमुळे त्याला गावची वाट चुकुनच बघायला मिळायची. कोणाही मध्यमवर्गीय तरूणाच्या वाटयाला येणारे अपेक्षित असेच आयुष्य उमेश जगत होता. नोकरी करून मिळणारा तोकडा पगार, त्यात स्वतःच्या खर्च आणि घरची जबाबदारी. सगळं कसं अगदी कपाळावरच्या की हातावरच्या रेषांनी लिहून दिलेलं आयुष्य.

त्या दिवशीही उमेश कामावर जाण्यासाठी बसची वाट पाहत स्टॉपजवळ थांबला होता. स्टॉपवर नेहमीचीच गर्दीहोती.

उन्हाळयाचे दिवस असल्याने तो बाजूला सावलीत उभा होता. जवळच असलेल्या टपरीजवळ लोकांची चहासाठी गडबड सुरू होती.

उमेशनेही चहा घेण्याचा विचार केला. त्याने आपला खिसा तपासला. खिशामध्ये ५० रूपये उरले होते. बसचे तिकीट, जेवण ... हिशोब करताना त्याला ५० रूपयेही कमी वाटू लागले. दुसऱ्या दिवशी महिनाअखेर होती. पगाराचा दिवस.

त्याच्याजवळ आजचा दिवस होता. त्याने आपला विचार बदलला आणि तो जागीच थांबला.

"ओ सायब ..."

त्याच्या कानामागून आवाज आला. आवाजाच्या दिशेने पाहिले असता त्याला एक कडेवर मूल असलेली बाई दिसली. तिच्याबरोबर एक प्रवासी बॅग होती आणि काखेतले मूल रडत होते.

पैशासाठी तिने हात पुढे केले होते. प्रत्येक बस स्टॉपवर दिसणारे हे रोजचेच चित्र असल्याने उमेशने दुर्लक्ष केले.

“मला पयकं नगं ... माज्या पोरानं रातच्यानं काय बी खाल्लं नाय सायब ”.

दुर्लक्ष करूनही वारंवार तिची ती विनवणी त्याला बैचेन करत होती. तिला टाळण्यासाठी उमेश घड्याळात वेळ पाहू लागला.

मधूनच तो बसच्या दिशेने नजर फिरवत होता.

“म्या भिकारी नाय सायब. म्या हिथं कुणालाबी वळकत नाय. गावावरनं आलोय आणि हयो लिवून दिल्याला पत्ता बी कोण सांगना”.

एका क्षणाला उमेशला वाटलं पैसे देऊन घालवाव तिला पण लगेचच त्याला स्वतःचीच कीव

करावीशी वाटली. त्याला वाटले काही वेळापूर्वी पैसे कमी असल्यामुळे आपण चहा घेतला नाही आणि या बाईला भिकारी म्हणून वागणूक देण्याचा अधिकार आपल्याला कोणी दिला ?

उमेश आता काहीसा द्विधा मनःस्थितीत पडला. चांगले काय, वाईट काय, चूक काय किंवा बरोबर काय ... काहीतरी चुकत आहे नक्कीच. कनवाळू मन आणि हतबल मन असा एक संवाद सुरू झाला. त्यामुळे उमेश काहीसा अस्वस्थ झाला होता.

"इथे मी एकटा थोडाच उभा आहे? बाकीचे लोकही आहेत. मलाच काही गरज पडली नाही. मी नाही तर आणि कोणीतरी तिला पैसे देईलच की".

"मी थोडा स्वार्थी होतोय का? माझ्याजवळ केवळ आज काही रूपये आहेत आणि तिच्याजवळ नाहीत म्हणून मला तिची गरज दिसत नसावी का? कोणीतरी मदत करण्याची वाट मी का बघतोय?"

त्याचे कनवाळू मन त्याला मदत करण्यासाठी सांगत होते तर हतबल मन वास्तव पटवून सांगण्याचा प्रयत्न करत होते.

"पण माझ्याजवळ तरी असे कितीसे पैसे आहेत? मलाही आता पैशांची गरज आहेच. मी मदत केली म्हणून मला कोणी पैसे आणून देणार आहे का? मग मी तरी का इतका विचार करावा?"

"आज जर माझ्याकडे पैसे नसते आणि जर मी या बाईच्या ठिकाणी असतो तर..." विचारानेच

उमेशच्या अंगावर काटा आला.

“ही बाई तरी आनंदाने पैसे मागत आहे का? वेळ तर कुणावरही येऊ शकते. माणूस परिस्थितीचा गुलाम असतो. आज माझ्यापेक्षा नक्कीच या बाईला पैशाची गरज जास्त आहे”.

“दया करा सायब. आजवर म्या पण कुणाकडं हात पसरलं न्हायीत. आज नड हाय”.

उमेश भानावर आला. त्याने खिशातून वीस रूपये काढले आणि तिच्या हातावर ठेवले.

“देव तुमचं भलं करो सायब”. तिच्या डोळयात समाधान दिसले. बाजुला असलेल्या टपरीतून तिने त्या मुलासाठी काहीतरी खायला घेतले. थोडेसे अन्न पोटात गेल्यावर ते मूलही शांत झाले. उमेश त्यांच्याकडे पाहत होता. इतक्यात

त्याची बस आली. तो बसमध्ये चढला. बसमधूनही तो त्यांच्याकडे पाहतच होता. मघापासून त्याच्या मनात सुरू झालेले वादळ आता शमले होते. चेहऱ्यावर काहीसे समाधान होते. त्याच्या रिकाम्या खिशापेक्षा त्याला ती भरलेली ओंजळ कितीतरी महत्वाची वाटली.

वहान

"काय राव या गाडीलापण आत्ताच बंद पडायला हवं होतं का ?" ...

"आता कितीसं अंतर उरलं होतं ?... जागेवर पोचल्यावर बंद पडली असती तर काय झालं असतं?" कोल्हापूरहून पुण्याला जाणारी एस.टी. अचानक प्रवासाच्या शेवटच्या टप्प्यात बंद पडली होती. एक - दीड तासाचेच अंतर उरले होते आणि त्यामुळे सर्व प्रवासी जास्तच वैतागले होते.

"थोडं बाजूला होता का '?"

काही नाराजीच्या सुरात तर काही अक्षरशः शिव्या देत वाटेतच उभे होते त्यामुळे इतर

लोकांना एस. टी. मधून उतरताना अडचण होत होती. त्यांपैकी एक मी होतो. माझ्या बोलण्यावरती समोरच्या इसमाने थोडेसे बाजूला होऊन मला जागा करून दिली पण माझ्यावरती खेकसतच.

"कुणाचं काय तर कुणाचं काय ? लोकांना गाडीतून उतरण्याची एवढी काय गडबड असते काय माहीत? "

मी त्याकडे दुर्लक्ष करत निमूटपणे बसमधून उतरलो कारण त्याच्याशी वाद घालून काही बस सुरू होणार नव्हती. त्रास तर सर्वांना झाला होता पण तो इसम असं काही बोलत होता की त्याला एकट्याला वाटेतच सोडणार होते आणि बाकीच्यांसाठी बाहेर इंद्राचा ऐरावत उभा होता.

गाडीच्या कंडक्टरशी बोलल्यानं तर समजले की गाडीत फार काही मोठा बिघाड झाला नव्हता. सुदैवाने जवळच एक गॅरेजही होते. कंडक्टरचा विश्वास होता की गाडी पुन्हा काही वेळातच सुरू होईल. त्याने सर्व प्रवाशांना अर्धा तास थांबण्याची विनंती केली आणि काही प्रवाशांच्या मदतीने ड्रायव्हर आणि कंडक्टर गाडी घेऊन गॅरेजजवळ गेले.

दुपारी तीनची वेळ झाली होती. उन्हात अर्धा तास थांबण्याच्या विचारानेच मला घाम फुटला होता. बाकीचे प्रवासीदेखील काहीसे विचारात पडले होते. माझी नजर त्या पूर्णपणे मोकळया असणाऱ्या रस्त्याच्या आजुबाजूला थोडी सावली शोधत होती आणि अचानक एखादया वाळवंटात

मृगजळ दिसावे तसे झाले. थोड्याशा अंतरावर एक धाबावजा हॉटेल दिसत होते. मी विचार केला अर्धा तास वेळ आहे तर सावलीमध्ये बसून काहीतरी खाऊन घेऊ. पाच मिनिटे चालल्यावर मी त्या हॉटेलमध्ये पोचलो. दूरून धाब्यासारखे दिसणारे ते हॉटेल बऱ्यापैकी मोठे होते. बांबूंच्या आधारे उभे असलेले आणि चारही बाजूंनी पूर्ण खुले असे ते हॉटेल होते. त्यात सभोवताली काही कलमी नारळीची झाडे होती त्यामुळे छान वारे वाहत होते. थोड्या वेळेपूर्वी जाणवणारे ऊन नाहीसे झाले. मी कोपऱ्यातले एक मोकळे बाकडे पाहून तिथे जाऊन बसलो. एक ग्लास पाणी घेतल्यावर थोडे शांत वाटले. आजुबाजूला नजर फिरवली. बाहेर दूरवर

जवळपास मोकळा आणि निर्मनुष्य असणारा रस्ता. तरीही दुपारच्या वेळेस त्या हॉटेलमध्ये फार गर्दी होती. माझ्या गाडीतले काही सहप्रवासी देखील हळूहळू तिथे येऊ लागले होते. काऊंटरवर हॉटेलचा मालक असावा असा मी त्याच्या देहबोलीवरून अंदाज बांधला. मी बसलो होतो त्या टेबलवर वर्तमानपत्राची काही तेलकट झालेली पाने आणि एक छोटेसे मेनूकार्ड पडले होते. मी मेनूकार्ड उचलले. त्याच्या दोन्ही बाजूंवर बरीचशी मोठी यादी छापली होती. ऑर्डर देण्यासाठी मी पुन्हा एकदा सभोवार पाहिले. जवळपास पाच ते सहा पोरे ऑर्डर घेताना आणि खादयपदार्थांच्या प्लेटस घेऊन फिरताना दिसली. अगोदरच जास्त असणारी

गर्दी हळूहळू वाढत होती त्यामुळे मला त्यापैकी कोणाला बोलावणे जरा कठीण झाले होते. एक दोन वेळेस मी आवाज देण्याचा प्रयत्न करून पाहिला पण गर्दीमुळे त्या पोरांचीही धावपळ होत होती. मी थोडा वेळ समोरची पेपरची पाने चाळू लागलो.

"नमस्कार पाटील ..." अगदी माझ्या समोरच्या बाकावरून आवाज आला. आतापर्यंत मी त्या टेबलवर एकटाच बसलो होतो आणि समोरचे बाकडे रिकामेच होते. तो आवाज आल्याने मी डोळयांसमोर धरलेला पेपर बाजूला केला. माझ्यासमोर एक पन्नाशीतले गृहस्थ माझ्याकडून ओळखीची अपेक्षा करत माझ्याकडे पाहत होते. त्यांच्या डोळयांवर नंबरचा चष्मा

होता.

रंगवलेली जाडजूड मिशी आणि थोडी वाढलेली पण पूर्णपणे पांढरी अशी दाढी. मला त्यांचा चेहरा दीनवाणा वाटला. विजार, शर्ट आणि डोक्यावर कडा तेलकट झालेली टोपी असा एकंदरीत त्यांचा पेहराव होता. मी थोडा आश्चर्यचकीत झालो कारण मुळात मी पाटील नव्हतो आणि ती व्यक्ती बसमधील प्रवाशांपैकीपण नव्हती. मला जाणवलं की त्यांचा काहीतरी गैरसमज होत आहे. माझा बराचसा वेळ त्यांचे निरीक्षण करण्यात आणि त्यांना ओळखण्यात गेला. मी काही बोललो नाही याचा अर्थ त्या गृहस्थांनी ओळख पटली असा घेतला असावा आणि त्यांना हवा असलेला

पाटील तो मीच अशी त्यांनी समजूत करून घेतली.

"पयला मी तुमाला वळकलच न्हायी राव... लांबच ठळक दिसत न्हायी ... हया तुकारामाचं वय झालं आता"

ते सलग बोलू लागले तसे मला बोलणे अवघड झाले. त्यांच्या बोलण्यातून त्यांचं नाव तुकाराम आहे एवढं समजलं.

"हितनं जात हुतो... थोडं थांबायचं म्हणून हिथं आलो आणि तुमी दिसलासा"

टेबलावरील पाणी संपले होते. त्यांनी नकळतपणे ग्लासमध्ये पाणी ओतण्याचा प्रयत्न केला तेव्हा त्यांना कळाले असावे. बाजूच्या

टेबलावर सुध्दा ग्लास होते पण पाणी नव्हते.

"पाणी न्हायी वाटतं..."

"ऐ छोटू..." मी तिथे दिसणाऱ्या पोरांपैकी एकाला आवाज दिला.

"काय उष्मा लय वाडलाय राव. भाईर पडायला अवगड झालय" तुकारामांचं बोलणं काही थांबलं नव्हतं. एव्हाना त्यांनी मी खाली ठेवलेला पेपर डोळयांसमोर धरला होता.

"काय घेणार साहेब? गरम वडा, कांदा भजी, बटाटा भजी, चहा..."

घाईघाईने, रोजच्या सवयीने बोलणाऱ्या त्या पोऱ्याला मी हातानेच थांबवले.

"आधी थोडं पाणी घेऊन ये. आणि एक ..." मध्येच थांबत मी नवीनच ओळख झालेल्या

तुकारामांना विचारले.

"काही घेणार का तुम्ही ? चहा वगैरे ?"

"न्हायी... काय नगं". पेपर बाजूला न करताच त्यांनी उत्तर दिले.

"एक गरम वडा आणि चहा घेऊन ये".

सांगितल्याप्रमाणे त्या पोराने लगेच पाणी आमच्यासमोर आणून ठेवले आणि ऑर्डर घेऊन येण्यासाठी तो निघून गेला. थोडे पाणी पिऊन झाल्यावर तुकाराम पुन्हा बोलू लागले.

"माफ करा सायब..."

आता मात्र मला नवलच वाटले. इतक्या वेळेपासून हा गृहस्थ माझ्याशी फार जुनी ओळख असल्यासारखा बोलत होता. मी त्यास ओळखू शकत नव्हतो म्हणून खरंतर मला

अपराधी वाटायला हवं. मग असं अचानक हा का माझी माफी मागत आहे?

“खरंतर म्या मगापास्नं हिथं हया हाटेलाभाईर फिरतोया. लय तान लागली हुती. घसा पाक कोरडा पडल्याला. हया पोरांच्याकडं पाणी मागितलं तर मालकाला इचार म्हणत्यात. हाटेलमालकाला इचारलं तर त्यो मला म्हणाला पैशे दिऊन पाण्याची बाटली घे. आता एक गलास पाणी बी इकत घ्यायचं व्हय ? हिथं लांबवर कुटं दुसरीकडं पाणी बी न्हायी. मला आजून लांब जायाचं हाय”.

आता मला हळूहळू सगळं कळू लागलं होतं. मी लक्ष देऊन ऐकू लागलो.

“कुनी मला आत सोडत न्हवतं. मग गर्दी

वाडल्याली बगून मी लपत लपत आत आलो. हिथं रिकामं बाकडं बगून बसलो तर हिथंबी पाणी न्हवतं. तुमी त्या पोऱ्याला हाक मारल्यावर म्या जरा घाबरल्यालोच. म्हणून म्या पेपराचा आडोसा करून बसलो हुतो."

मला हसावं की रडावं तेच कळत नव्हतं. त्यांचं बोलणं ऐकून मात्र मला फार वाईट वाटलं.

"ठीक आहे. तुम्ही काय वाईट वाटून घेऊ नका". मी बोललो .

"मी हिथं थोडा येळ बसतो आणि तुमच्यासंगं भाईर येतो. चालल न्हवं?" काहीसं घाबरतच त्यांनी विचारलं. मी होकारार्थी मान हलवली. माझी ऑर्डर आली. तुकारामांशी काही इकडच्या तिकडच्या गप्पा मारत चहा संपवला आणि आम्ही

बाहेर पडलो. बाहेर पडताना तुकारामांसाठी एक पाण्याची बाटली घेतली.

"लय उपकार झालं तुमचं पर ही पाण्याची बाटली आणि कशाला ?"

"उपकार कसले त्यात? अजून तुम्ही पुढं जाणार. वाटेत तहान लागली तर उपयोगाला येईल पाणी".

काहीशा समाधानानं आम्ही दोघेही आपापल्या दिशेने निघालो. चालताना माझ्या मनात विचार आला. जे झाले त्यात दोष कुणाचा? त्या पोरांचा, हॉटेल मालकाचा की आणखी कुणाचा ? कोणाला दोष देऊन तरी काय उपयोग? दोष असेलच तर तो केवळ त्या तहानेचा. तुकारामसाठी एक ग्लास पाण्याची तहान तर

त्या हॉटेल मालकासाठी पाण्याच्या बाटलीच्या वीस रूपयांची".

एव्हाना एस.टी. दुरूस्त झाली होती. सर्व प्रवासी आले होते आणि आमचा प्रवास पुन्हा सुरू झाला.

वेडा

सायंकाळी थोडा वेळ मोकळया हवेत फेरफटका मारणे हा काय माझ्या दिनक्रमाचा भाग नाही. रोजच्या कामातून तेवढी सवड मिळणे जरा कठीणच. सकाळी सूर्यदेवाच्या आधी आम्हाला जागं व्हावं लागतं आणि संध्याकाळी त्यांनी विश्रांती घेतली की आम्हाला घरी पोहचण्याचे वेध लागतात. पूर्ण आठवडाभर दोन्ही वेळेस सूर्य देवांचं दर्शन काही आमच्या नशीबी नसतं. एकंदरीत असा गडबडीचा आठवडा संपला की रविवार हा एक दिवस थोडा आरामदायी मिळतो. रविवारच्या संध्याकाळी थोडे पाय

मोकळे केले की आठवडाभराचा थकवा निघून गेल्यासारखा वाटतो.

त्या दिवशीही रविवार होता. दुपारची वामकुक्षी आणि सायंकाळचा चहा झाल्यावर मी फिरण्यासाठी बाहेर पडलो होतो. मंद वारा सुटला होता. मी जरा लवकरच निघालो होतो. चार - साडेचारची वेळ असावी. माझे घर हे शहराच्या गर्दीपासून थोडे दूर आहे . शहराचा एक कोपराच तो. घरापासून जवळ एक नदी वाहते. तिच्या पात्रावर एक छोटासा उभारलेला पूल आणि आजुबाजूला नेहमी असणारी प्रसन्न शांतता. हे माझे आठवडयाचे ठिकाण. नदीच्या किनाऱ्यावर काही वेळ शांत बसून राहिलं की सार काही विसरायला होतं. संथ वाहणारे पाणी

पाहताना इथली शांतता मनात भरून घेण्याचा मोह होतो. नदीकडे येताना वाटेत एक छोटसं महादेवाचं मंदिर लागतं. तिथे संध्याकाळी लोक आरतीसाठी जमायचे.

मी नेहमीप्रमाणे नदीकिनारी बसलो होतो. अजून दिवस मावळायचा होता. हळूहळू क्षितिजावर लाली पसरत सूर्य आता निरोप घेत होता. अधून - मधून घरटयाकडे परत जाणाऱ्या पक्ष्यांचा किलबिलाट ऐकू येत होता. मी ते नयनरम्य दृश्य डोळयांत साठवत होतो. थोडा वेळ निघून गेल्यावर मला पुलावरून कोणी येताना दिसले. दुरून दिसणारी ती आकृती माझ्या नजरेच्या टप्प्यात आल्यावर स्पष्ट दिसली. साठीतले कोणी एक गृहस्थ त्या

पुलावर येऊन उभे राहिले होते.

माझ्यासारखेच कोणीतरी पाय मोकळे करण्यासाठी आले असावे असे समजून मी पुन्हा नदीच्या पात्राकडे पाहत राहिलो. वाहणारा वारा पाण्यावर तरंग उमटवत होता. शांतता एवढी होती की हळुवार वाहणाऱ्या वाऱ्याचा आवाजही स्पष्ट ऐकू येत होता.

अचानक पुलाच्या दिशेने मला मोठयाने बोलण्याचा आवाज ऐकू आला तशी माझी तंद्री भंगली. मी आवाजाच्या दिशेने पाहिले. मघाशी येऊन थांबलेले ते गृहस्थ हातवारे करून काहीतरी बोलत होते. मला आवाज नीटसा ऐकू येत नव्हता पण त्यातील चढ - उतार लक्षात येत होता.

माझ्या मनात कुतूहल निर्माण झाले. तो आवाज दुर्लक्ष करता येण्यासारखा नव्हता. मी पुलाकडे निघालो. अंतर फारसे नव्हते. काही मिनिटांतच मी पुलावर पोहचलो आणि त्या गृहस्थांपासून थोड्या अंतरावर जाऊन उभा राहिलो.

"तुला कळतयं का तू काय करतोयस...?"

"मी का शांत बसू? मी बोलतोय त्यात काही चूकीचे आहे का?"

कोणीतरी समोर असल्यासारखे तो मनुष्य बोलत होता. स्वतःशीच बोलत होता तो. मला काही वेळेसाठी तो वेडा असावा असे वाटले पण त्याच्याकडे पाहिल्यावर कोणालाही तो वेडा असेल असे वाटणे जरा अवघड होते. एकदम नीटनेटके

कपडे, डोळयांवर काडयांचा जुना चष्मा, चेहऱ्यावर एकप्रकाराचा तजेला आणि वाढलेल्या वयाची जाणीव करून देणारे पूर्ण पांढरे केस. तेही नीट तेलाने चापून बसवलेले.

"आपण काय करतोय याचा थोडा तरी विचार आहे का तुला ?"

त्यांचे बोलणे सुरूच होते. त्यांच्याकडे पाहिल्यावर ते शिक्षक असल्यासारखे वाटले. एखादया विदयार्थ्याला रागवावे तसे ते कोणावर तरी रागवत होते. काही कारणाने त्यांचे मानसिक संतुलन बिघडले असावे असा अंदाज मी बांधत होतो मात्र त्यापलीकडे मला काही समजायला मार्ग नव्हता. मी अधून मधून नदीच्या पाण्याकडे पाहत त्यांचे बोलणे ऐकण्याचा

प्रयत्न करत होतो. वेळ सरत चालली होती. महादेवाच्या मंदिरातील घंटेची किणकिण ऐकू येऊ लागली होती. आरती सुरू झाली असावी. मी खरंतर यावेळेस नदीकाठी पोहचायचो.

मी त्या गृहस्थाकडे पाहिले. आता त्यांचे बोलणे थांबले होते. डोळयांवरील चष्मा काढून त्यांनी डोळे पुसले. त्यांना नक्की कसलेतरी दुःख झाले होते. ते वेडे नसावेत. माझे मन मला सांगत होते. मी त्यांच्याशी बोलायचे ठरवले .

"काका ?"

त्यांनी प्रश्नार्थक नजर वळवली. मी त्यांच्याजवळ जाऊन उभा राहिलो.

"काय आहे? एका वेडयाकडे तुझे काय काम आहे?"

त्यांना माझ्याशी किंवा एकंदरीत कोणाशीही बोलण्यात काहीच स्वारस्य नव्हते असे दिसत होते.

"तुम्ही वेडे नाही हे समजतंय मला. तुमचे ओले डोळे कोणतेतरी दुःख लपवत आहेत. फक्त तुमच्या नजरेतला राग आणि दुःख मला समजलं नाही."

"जाऊ दे. ज्यांना समजायला पाहिजे त्यांनी मला वेडं ठरवून टाकलयं. तू समजून काय करणार आहेस ?" त्यांचा आवाज गहिवरला होता. त्यांच्या चेहऱ्यावरच्या हसण्यातही एक प्रकारचे दुःख होते.

"मी एक निवृत्त शिक्षक आहे. माझ्या इच्छेने घडलेली शेवटची गोष्ट म्हणशील तर माझी

निवृत्ती. स्वेच्छानिवृत्ती घेऊन घरी बसलो. कुटुंबासोबत शेवटचे आयुष्य घालवायचे माझे स्वप्न होते पण माझ्या घरात माझी बहुतेक गरज नव्हती. अर्ध्यावर संसार टाकून आमची ही गेली आणि आता या साऱ्या शहाण्या लोकांत माझ्या सारख्या वेडयांना जागा नाही."

त्यांच्या बोलण्यातून एकाकीपणाचे दुःख डोकावत होते. त्यांच्या मनात चाललेले अनेक विचार ऐकायला कोणी नव्हते. एका अनोळखी व्यक्तीने विचारल्यावर त्यांनी त्या साचून राहिलेल्या विचारांना वाट करून दिली.

"माझा नातू मला म्हणतो, आजोबा, वेडा म्हणजे काय ? मी म्हटलं का रे ?"

"तो म्हणतो कसा, आजोबा सारे म्हणतात तुम्ही वेडे आहात. तुमच्याजवळ जायचं नाही म्हणतात"

"माझ्या मुलाला, मी बोललेलं काही पटत नाही. 'समजत नसेल तर शांत रहात चला' असा सल्ला दिला आहे त्याने मला" बोलताना ते केविलवाणे हसले.

"सोबत बोलायला कोणी नाही. दिवसभर रिकामं घर खायला उठतं. एक गोष्ट चांगली आहे बघ. माझी स्वतःची गॅलरीत वेगळी अशी जागा आहे. ... आरामखुर्ची ... आरामखुर्चीत बसून असतो दिवसभर. हां... मात्र आरामखुचीत फक्त आरामच करायचा, फुकटचे

उपदेश कोणाला करायचे नाहीत. आमची सुनबाई म्हणते एकटेच कशाला बडबडता? तिकडे नदीवर जा. काय बडबडायचं असेल ते बडबडून घेत जा. दिवसभर घराची राखण करून झाली की मग संध्याकाळी इकडे येतो. कधी आमच्या हिच्याशी, कधी नातवाशी तर कधी मुलाशी बोलतो"

मी जागीच स्तब्ध झालो होतो. माझ्याजवळ बोलायला काहीच नव्हते. मी काय बोलणार होतो? त्या नदीकाठचे एखादे झाड आणि त्या माणसात काय फरक होता? त्या नदीकाठचा एखादा वृक्ष जसा सारे काही पाहून काहीच करू शकत नाही तसेच त्यांचेही. रोजचा उगवणारा - मावळणारा सूर्य, वाहणारे पाणी

आणि भिरभिरणारे पक्षी पाहत बसणे यापलीकडे दोघांनाही काहीच काम नाही. दोघांच्या असण्या - नसण्याने जगाला काहीच फरक पडत नाही. दोघेही दुर्लक्षितच!

"तू वाईट वाटून घेऊ नकोस. वेड्या माणसाचं एवढं मनावर घ्यायचं नसतं. चल, मी निघतो... असं म्हणून त्यांनी माझ्या पाठीवरून हात फिरवला आणि ते चालते झाले. ते नजरेआड होईपर्यंत मी त्यांच्याकडे पाहत राहिलो.

रात्र होऊ लागली होती. मी घरी परत जाऊ लागलो. मंदीरातील लोकदेखील आता पांगू लागले होते.

"काय ओ भाऊ ? काय म्हणत हुता त्यो येडा? रोज हया येळला येतो, एकटाच बडबडतो आणि

निघून जातो” आरतीला आलेल्या लोकांपैकी कोणी एकजण मला म्हणाला. तसा मी बोललो.

“तुम्ही त्याला वेडा का म्हणता ?”

“आता एकटाच बडबडणाऱ्याला येडा नाहीतर काय शाणा म्हणणार व्हयं? कोण ऐकत नाय, यायचं, बडबडायचं आणि जायचं”

मला जरा आश्चर्य वाटलं. मी त्याला म्हटलं,

“तुम्ही तरी काय वेगळं करता इथं येऊन ?”

“म्हंजे?”

“तुम्ही रोज संध्याकाळी येता, एका दगडाच्या मूर्तीसमोर रोज घंटानाद करता, आरती म्हणता. तुमचं ऐकायला तुमच्यासमोर तरी कोण असतं?

वेडा तो नाही, वेडे आपण आहोत"

तो मनुष्य तोंड वेडावत निघून गेला. त्याला वाटलं असावं कालपर्यंत एक होता आज दोन वेडे झाले. मी स्वतःशीच हसलो आणि माझी वाट चालू लागलो.

www.ingramcontent.com/pod-product-compliance
Lightning Source LLC
LaVergne TN
LVHW100321210926
848480LV00003B/1211
* 9 7 9 8 8 8 5 5 5 1 2 2 9 *